ജീവലോകം

jeevalokam
balasahithyam

•

narayanan kavumbayi

•

first edition
january 2019

•

typesetting & published
chintha publishers, thiruvananthapuram

•

cover
ratheesh vincent

വിതരണം

ദേശാഭിമാനി ബുക്ക് ഹൗസ്

H O തിരുവനന്തപുരം-695 035
phone: 0471-2303026, 6063026
www.chinthapublishers.com
chinthapublishers@gmail.com

ബ്രാഞ്ചുകൾ

ഹെഡ്ഡാഫീസ് ബ്രാഞ്ച് കുന്നുകുഴി • സ്റ്റാച്യു തിരുവനന്തപുരം • കെ എസ് ആർ ടി സി ബസ് സ്റ്റേഷൻ ആലപ്പുഴ • കെ എസ് ആർ ടി സി ബസ് സ്റ്റേഷൻ എറണാകുളം • ഐ ജി റോഡ് കോഴിക്കോട് • മാവൂർ റോഡ് കോഴിക്കോട് • എൻ ജി ഒ യൂണിയൻ ബിൽഡിങ് കണ്ണൂർ • സെൻട്രൽ ബസ് ടെർമിനൽ കോംപ്ലക്സ് താവക്കര കണ്ണൂർ

CO - 2739 / 4932
ISBN - 978-93-88485-14-2

ജീവലോകം

(ബാലസാഹിത്യം)

നാരായണൻ കാവുമ്പായി

ചിന്ത പബ്ലിഷേഴ്സ്
തിരുവനന്തപുരം-695 035

നാരായണൻ കാവുമ്പായി

കണ്ണൂർ ജില്ലയിലെ കാവുമ്പായിയിൽ ജനനം. മലയാള സാഹിത്യത്തിൽ ബിരുദാനന്തര ബിരുദവും ബി എഡും. *ദേശാഭിമാനി* ചീഫ് സബ് എഡിറ്റർ. കുട്ടികളുടെ ദ്വൈവാരികയായ *തത്തമ്മ*യുടെയും *ദേശാഭിമാനി അക്ഷരമുറ്റ*ത്തിന്റെയും എഡിറ്റർ ഇൻ ചാർജായി പ്രവർത്തിക്കുന്നു.
ഇരുപത് ബാലസാഹിത്യകൃതികളും ഒരു ചരിത്രഗ്രന്ഥവും രണ്ടു ജീവചരിത്രവും രചിച്ചു. പത്ത് പുസ്തകങ്ങളുടെ എഡിറ്ററാണ്. *നവോത്ഥാന കഥകൾ* എന്ന കൃതിക്ക് അബുദാബി ശക്തി അവാർഡ് ലഭിച്ചു. മാധ്യമപ്രവർത്തനത്തിനുള്ള സുരേന്ദ്രൻ നീലേശ്വരം സ്മാരക പത്രപ്രവർത്തക അവാർഡും ബാലസാഹിത്യത്തിന് ഡോ. ടി പി സുകുമാരൻ സ്മാരക അവാർഡും ലഭിച്ചു.

ഭാര്യ : റീനാകുമാരി
മക്കൾ : സിദ്ധാർത്ഥ്, സച്ചിത്ത്
വിലാസം : കേദാരം, കീച്ചേരി
പാപ്പിനിശേരി പോസ്റ്റ്
കണ്ണൂർ ജില്ല
ഫോൺ : 04972 788979
മൊബൈൽ : 9447779875
email : kavumbayi@gmail.com

ഉള്ളടക്കം

പ്രസാധകക്കുറിപ്പ്

ജീവലോകം വൈചിത്ര്യമാർന്നതാണ്. സമ്പന്നവും വിചിത്രവുമായ ഈ ലോകത്തിലേക്കുള്ള വാതിൽ തുറക്കുകയാണ് നാരായണൻ കാവുമ്പായി ഈ ലഘുഗ്രന്ഥത്തിൽ ചെയ്യുന്നത്. ജിറാഫ്, കംഗാരു, വരയൻ കുതിര, മുയൽ, കഴുത എന്നിങ്ങനെ കുറെ ജീവികളുടെ ജീവിതവിശേഷം ഈ പുസ്തകത്തിൽ അവതരിപ്പിക്കുന്നു. കുട്ടികളിൽ കൗതുകമുണർത്തുന്ന രീതിയിൽ ലളിതവും സരസവുമായിട്ടാണ് ഈ കൃതി രചിച്ചിട്ടുള്ളത്. പരമ്പരാഗതമായ ബാലസാഹിത്യ ഗ്രന്ഥങ്ങളിൽനിന്നും തികച്ചും വ്യത്യസ്തമാണിത്.

ബാലസാഹിത്യത്തിൽ നവസമീപനം അവലംബിക്കുന്ന ഈ ലഘു ഗ്രന്ഥം ഞങ്ങൾ കുട്ടികൾക്കായി സമർപ്പിക്കുന്നു.

ചിന്ത പബ്ലിഷേഴ്സ്

ആമുഖം

വിചിത്രവും വൈവിദ്ധ്യവുമാർന്ന ജീവലോകമാണ് നമുക്കുചുറ്റുമുള്ളത്. ഒരു പാമ്പിന്റെ നീളമുള്ള നാക്കുള്ള ജിറാഫ്, ശൈത്യകാലമാകുമ്പോൾ കൊമ്പുകൾ പൊഴിക്കുന്ന കലമാൻ, തലകീഴായി ഉറങ്ങുന്ന വവ്വാൽ., കാണാൻ മാത്രമല്ല, ആഹാരം വിഴുങ്ങാനും ഉപകരിക്കുന്ന കണ്ണുകളുള്ള തവളച്ചാർ, സഞ്ചിമൃഗം, വരയൻകുതിരകൾ... വിസ്മയമുണർത്തുന്ന ഇത്തരക്കാർ ഏറെയുണ്ട്.

കൗതുകമുണർത്തുന്നതാണ് ജീവലോകത്തെക്കുറിച്ചുള്ള അറിവ്. ആ അറിവിലേക്കുള്ള ഒരു ചെറു കിളിവാതിലാണ് ഈ പുസ്തകം. ഇതിൽ പറയുന്ന ജീവികളുടെ വിചിത്രജീവിതത്തെ കൂട്ടുകാർ നിരീക്ഷിച്ചുനോക്കൂ.

ജീവലോകം കൂട്ടുകാർക്ക് വായിക്കാനും സൂക്ഷിക്കാനുമുള്ള ഒരു കൈപ്പുസ്തകമാകുമെന്ന് പ്രതീക്ഷിക്കുന്നു.

നാരായണൻ കാവുമ്പായി

സഞ്ചിമൃഗം

കങ്കാരുവിന്റെ ജന്മനാട് ഓസ്ട്രേലിയയാണെന്ന് കൂട്ടുകാർക്ക് അറിയാമായിരിക്കും. ഓസ്ട്രേലിയയുടെ ദേശീയമൃഗവും കൂടിയാണ് കങ്കാരു. മൃഗലോകത്തിലെ ഒരു വിശേഷബഹുമതി കൂടി കങ്കാരുവിനുണ്ട്. ലോകത്തിലെ വലിപ്പം കൂടിയ സഞ്ചിമൃഗമാണ് കങ്കാരു.

കങ്കാരുവിനെ ഒരു വിചിത്രജീവിയാണെന്നാണ് ജൈവലോക ഗവേഷകർ വിളിച്ചത്. കാരണമെന്തെന്നോ? കങ്കാരുവിന്റെ തല മാനിനെപ്പോലെയാണ്, കൊമ്പില്ലെന്നേയുള്ളൂ. മനുഷ്യനെ

പ്പോലെ തലയുയർത്തിപ്പിടിച്ചാണ് നില്പ്. ചാടുന്നതോ, തവള യെപ്പോലെ. കങ്കാരുവിന്റെ പൂർവ്വികർ താമസിച്ചിരുന്നത് മരങ്ങ ളിലായിരുന്നുവത്രേ. ഇപ്പോഴും മരത്തിൽ താമസിക്കുന്ന എട്ടിനം കങ്കാരുക്കളുണ്ട്.

ചാരനിറമുള്ള കങ്കാരുവിനെ 'ഗംഗുരു' എന്നാണ് നാട്ടുകാർ വിളിച്ചിരുന്നത്. ഗംഗുരു എന്നതിനർത്ഥം 'എനിക്ക് മനസ്സിലാ യില്ല' എന്നാണ്. കങ്കാരുവിന്റെ പേരുവന്ന വഴിയെക്കുറിച്ച് ഒരു കഥയുമുണ്ട്. പ്രകൃതിശാസ്ത്രജ്ഞനായ ജെയിംസ് കുക്ക് പല യിടത്തും ചുറ്റിത്തിരിയുന്നതിനിടയിൽ നദീതീരത്ത് ഈ മൃഗത്തെ കാണാനിടയായി. ആ നാട്ടുകാരോട് അദ്ദേഹം ചോദിച്ചു, ഈ മൃഗത്തിന്റെ പേരെന്താണെന്ന്. കുക്കിന്റെ ചോദ്യം മനസ്സിലായില്ല എന്ന അർത്ഥത്തിൽ അവർ 'ഗംഗുരു' എന്നു പറഞ്ഞു. കുക്ക് വിചാരിച്ചത് ഗംഗുരു എന്നത് ആ മൃഗത്തിന്റെ പേരാണെന്നാണ്. ഗംഗുരു പറഞ്ഞു പറഞ്ഞ് കങ്കാരു എന്നായി മാറി. അന്നുമുതൽ ഈ സഞ്ചിമൃഗം കങ്കാരു എന്നറിയപ്പെട്ടു.

ചാട്ടം

കങ്കാരുവിന് വലിപ്പമുള്ളതും ബലമുള്ളതുമായ പിൻകാലു കളാണുള്ളത്. കങ്കാരു മറ്റു മൃഗങ്ങളെപ്പോലെ നടന്നല്ല സഞ്ചരി ക്കുന്നത്. പിന്നെയോ? നേരത്തേ പറഞ്ഞല്ലോ, തവളയെപ്പോലെ ചാടുമെന്ന്. ചാടിച്ചാടി നീണ്ട വാലുപയോഗിച്ച് ബാലൻസ് ചെയ് താണ് സഞ്ചാരം. ഇങ്ങനെ ചാടിച്ചാടി മണിക്കൂറിൽ 24 കിലോ മീറ്റർ സ്പീഡിൽ സഞ്ചരിക്കാൻ ഇവയ്ക്ക് കഴിയും. ചിലപ്പോൾ ചാട്ടത്തിന് സ്പീഡ് കൂടിക്കൂടി മണിക്കൂറിൽ 75 കിലോമീറ്റർ വരെയാകും.

ഊർജ്ജസ്വലനായി നല്ല സ്പീഡിൽ ചാടിച്ചാടി നടക്കുന്ന ശീലം കങ്കാരുവിന് ഉണ്ടായതുതന്നെ ആഹാരം തേടിയുള്ള യാത്ര മൂലമാണെന്നാണ് കരുതുന്നത്. ചിലപ്പോൾ ശത്രുവിനെ കണ്ട് ഓടിരക്ഷപ്പെടുന്നതിനിടയിൽ നീന്തേണ്ടിവന്നാൽ ഈ സഞ്ചി വീരന് നീന്താനുമറിയാം. ചാടുന്നതിന് അനുയോജ്യമായ ശക്തി യുള്ള വലിയ പിൻകാലുകളാണ് കങ്കാരുവിന്. പിൻകാലിലെ പാദങ്ങളും വലുതാണ്. കങ്കാരുവിന്റെ പിൻകാലുകളിലെ പാദ ങ്ങൾ സൂക്ഷിച്ചുനോക്കിയാൽ ഒരു കാര്യം മനസ്സിലാകും. അതാ യത് എല്ലാ വിരലുകളും ഒരേ വലിപ്പമുള്ളവയല്ല. നാലാമത്തെ വിരൽ വലിപ്പമുള്ളതാണ്. ആദ്യത്തെ മൂന്ന് വിരലുകൾ വളരെ ചെറുതാണ്. അവ ഒന്നിനോടൊന്ന് ഒട്ടിച്ചേർന്നതു പോലെയാ ണിരിക്കുക. കങ്കാരുവിനെ ചാടാൻ സഹായിക്കുന്നത് വലിയ നാലാമത്തെ വിരലാണ്. അഞ്ചാമത്തെ വിരലിന് അത്ര വലിപ്പമി ല്ലെങ്കിലും ചാടുമ്പോഴുള്ള ശരീരമർദ്ദത്തെ ക്രമീകരിക്കാൻ സഹാ യിക്കുന്നു.

ചാടുമ്പോൾ, അതായത് ശരീരം ഉയർന്നുതാഴുമ്പോൾ വാലും പൊങ്ങുകയും താഴുകയും ചെയ്യുന്നു. സത്യത്തിൽ വാൽ അഞ്ചാ മത്തെ കാലിന് തുല്യമാണെന്നു പറയാം.

പശുവിനെപ്പോലെയോ മറ്റ് കന്നുകാലികളെപ്പോലെയോ കങ്കാരുവിന്റെ വയറിനും പല അറകളുണ്ട്. ആഹാരം അയവിറ ക്കുന്ന ശീലവും ഇവയ്ക്കുണ്ട്. കങ്കാരു സസ്യഭുക്കുകളാണെ ങ്കിലും ഓരോ ഇനത്തിൽപ്പെട്ട കങ്കാരുവും കഴിക്കുന്ന ആഹാര ത്തിൽ വൈവിദ്ധ്യമുണ്ട്. പുല്ലു മേയുന്ന സ്വഭാവക്കാരാണ് ഇവ യിൽ കൂടുതലും. പുല്ലു ചെത്തിയെടുക്കാൻ അനുയോജ്യമായ പല്ലുകളാണിവയ്ക്ക്. വിത്തുകളും ചെറുപഴങ്ങളും കഴിക്കുന്ന

വയുമുണ്ട്. പല്ലുകൾ കൊഴിഞ്ഞുപോവുകയും പുതിയവ വളരുകയും ചെയ്യാറുണ്ട്. കുടിക്കാനാണെങ്കിൽ വളരെ കുറച്ച് വെള്ളം മതി. മാസങ്ങളോളം വെള്ളം കുടിക്കാതെ കഴിയാനും സാധിക്കും.

മറ്റ് വിശേഷങ്ങൾ

ഏകദേശം 60-ഓളം ഇനം കങ്കാരുക്കളുണ്ടത്രേ. പല ഇനത്തിലുള്ള കങ്കാരുക്കളും പല വലിപ്പമുള്ളവയാണ്. പ്രധാന ഇനങ്ങളാണ് റെഡ് കങ്കാരു, ഈസ്റ്റേൺ ഗ്രേ കങ്കാരു, വെസ്റ്റേൺ ഗ്രേ കങ്കാരു, ആന്റിലോപ്പിയൻ കങ്കാരു എന്നിവ. കങ്കാരു ഇനത്തിൽ വലിപ്പക്കൂടുതൽ റെഡ് കങ്കാരുവിനാണ്. ഏതാണ്ട് 2 മീറ്റർ (ആറടി) പൊക്കവും 90 കിലോഗ്രാം ഭാരവും ഇവയ്ക്കുണ്ടാകും.

- മുൻകാലുപയോഗിച്ചാണ് കങ്കാരു ചെടികളിലെ ഇലകൾ പറിച്ചുതിന്നുന്നത്.
- പിൻകാലുകളും നഖങ്ങളുമുപയോഗിച്ചാണ് സ്വയരക്ഷയ്ക്ക് ശത്രുവിനെ ആക്രമിക്കുന്നത്.
- ആയുസ്സ് 10-15 വർഷമാണ്.
- മിക്ക കങ്കാരുക്കളും രാത്രിയാണ് ആഹാരം തേടിയിറങ്ങുന്നത്. പകൽ ഇവയ്ക്ക് വിശ്രമസമയമാണ്.
- ചെവികൾ മുന്നോട്ടും പിറകോട്ടും അനക്കാൻ കഴിയുന്നതുകൊണ്ട് ദൂരെ നിന്നുള്ള ശബ്ദങ്ങൾ പോലും നന്നായി കേൾക്കാൻ കങ്കാരുവിന് കഴിയും
- ഒരു ചാട്ടത്തിൽ സ്വന്തം ശരീരത്തിന്റെ നീളത്തിന്റെ നാലിരട്ടി ദൂരം താണ്ടാൻ ഈ സഞ്ചിവീരന് കഴിയും.
- പിറന്ന ശേഷം കങ്കാരുക്കുഞ്ഞ് ഇഴഞ്ഞ് അമ്മയുടെ സ

ഞ്ചിക്കുള്ളിലേക്ക് നീങ്ങുന്നു. അതിനുള്ളിൽ മുലപ്പാലും കുടിച്ച് അവ സുരക്ഷിതരായി കഴിയുന്നു. മൂന്നു മാസം കഴിഞ്ഞ് ഇടയ്ക്കിടക്ക് പുറത്തുവരും. ഏകദേശം എട്ടു മാസം കഴിഞ്ഞാണ് പൂർണ്ണമായും സഞ്ചി വിട്ട് പുറത്തു വരുന്നത്.

അമ്പോ, എന്തൊരു തലപ്പൊക്കം

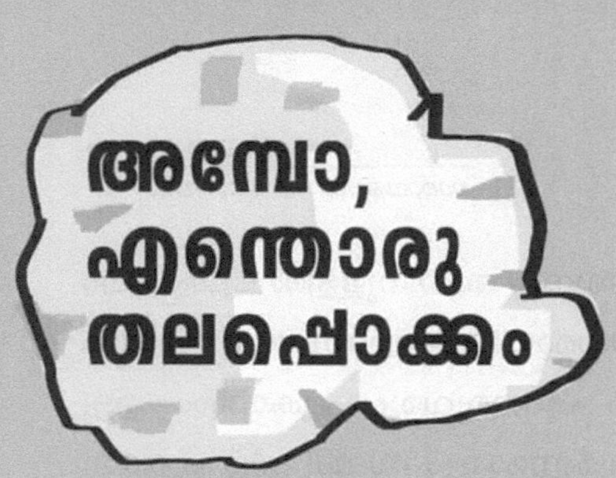

ഏറ്റവും പൊക്കം കൂടിയ സസ്തനിയായ ജിറാഫിന്റെ നീളൻ കഴുത്തും നീളൻ കാലുകളും കണ്ടാൽത്തന്നെ ആരുമൊന്ന് നോക്കിനിന്നുപോകും. സ്വദേശം ആഫ്രിക്കയാണ്. ഒട്ടകത്തെപ്പോലെ പൊക്കവും പുള്ളിപ്പുലിയെപ്പോലെ ശരീരത്തിൽ കറുത്ത പൊട്ടുകളുമുള്ള ഈ കഴുത്തുവീരനെ റോമാക്കാർ വിളിച്ചിരുന്നത്

'കാമലെപ്പേർഡ്സ്' (ഒട്ടകത്തിന്റെയും -ക്യാമൽ, പുള്ളിപ്പുലിയുടേയും-ലെപ്പേർഡ്, ഇംഗ്ലീഷ് പേരുകൾ ചേർത്ത്) എന്നായിരുന്നു. പിന്നീട് ജിറാഫിന്റെ ശാസ്ത്രനാമം ജിറാഫാ ക്യാമലെപ്പേർ

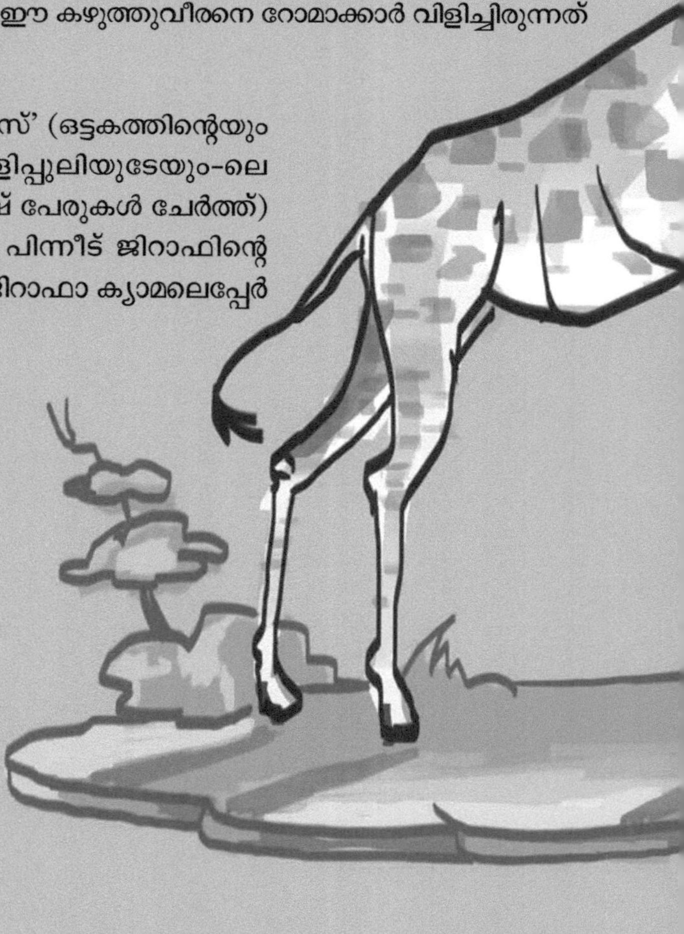

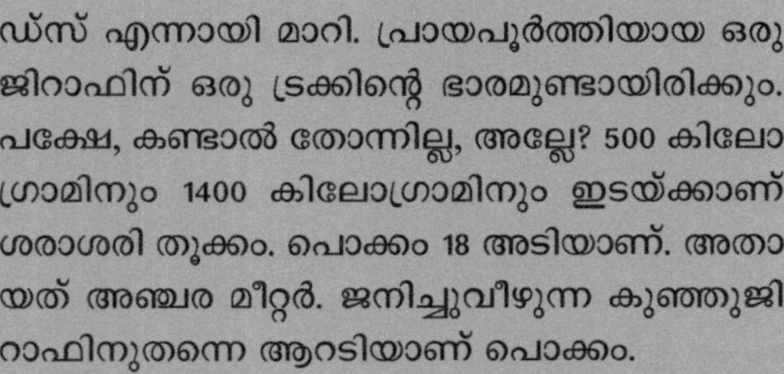

ഡ്സ് എന്നായി മാറി. പ്രായപൂർത്തിയായ ഒരു ജിറാഫിന് ഒരു ട്രക്കിന്റെ ഭാരമുണ്ടായിരിക്കും. പക്ഷേ, കണ്ടാൽ തോന്നില്ല, അല്ലേ? 500 കിലോഗ്രാമിനും 1400 കിലോഗ്രാമിനും ഇടയ്ക്കാണ് ശരാശരി തൂക്കം. പൊക്കം 18 അടിയാണ്. അതായത് അഞ്ചര മീറ്റർ. ജനിച്ചുവീഴുന്ന കുഞ്ഞുജിറാഫിനുതന്നെ ആറടിയാണ് പൊക്കം.

നാക്ക്

നീളമുള്ള നാക്കിനുടമയാണ് ജിറാഫ്. നീളം ഏതാണ്ട് 21 ഇഞ്ച്. അതായത് ഏകദേശം അര മീറ്ററോളം. നാക്കിന്റെ നിറം കറുപ്പ്. ഉയർന്ന മരച്ചില്ലയിലെ ഇലയും പൂവും വായിലാക്കാൻ നാക്ക് ഉപയോഗിക്കുന്നു. മുഖത്ത് പ്രാണികൾ വന്നിരുന്നാൽ നാക്കു നീട്ടി അവയെ നിമിഷനേരം കൊണ്ട് വായിലാക്കും. മുള്ളു നിറഞ്ഞ അക്കേഷ്യമരത്തിന്റെ ഇലകൾ കഴിക്കുമ്പോൾ നാക്കിൽ മുള്ളുകുത്തി മുറിയാറുണ്ട്. എന്നാൽ അതിനുള്ള മരുന്നും വായിൽ തന്നെയുണ്ട്. മനസ്സിലായില്ല അല്ലേ? ജിറാഫിന്റെ ഉമിനീര് നമ്പർ വൺ ആന്റിസെപ്റ്റിക്കാണ്. മുറിവ് വേഗം ഉണങ്ങും.

വെള്ളം കുടിക്കാൻ പെടാപ്പാട്!

ജിറാഫിന് പൊക്കക്കൂടുതലുണ്ട്, നീളൻ കഴുത്തും നീളൻ കാലുകളുമുണ്ട്. ഇക്കാര്യങ്ങളിൽ വേണമെങ്കിൽ അല്പം അഹങ്കരിക്കുകയും

ചെയ്യാം. പക്ഷേ, ഇത്തിരി വെള്ളം കുടിക്കണമെങ്കിൽ വല്ലാത്ത കഷ്ടപ്പാടാണ്. കാലുകൾ പരത്തിവെച്ച്, വീഴാതെ ബാലൻസ് ചെയ്ത്, പതുക്കെ കുനിഞ്ഞാണ് അല്പം വെള്ളം കുടിക്കാൻ സാധിക്കുന്നത്. എന്നാൽ ഒരാശ്വാസമുണ്ട്. നമ്മളെപ്പോലെ അത്രയ്ക്ക് വെള്ളമൊന്നും കക്ഷിക്ക് വേണ്ട. അഞ്ചാറു ദിവസത്തിലൊരിക്കൽ മതി വെള്ളം. കാരണമെന്തെന്നോ? ചവച്ചുതിന്നുന്ന ഇലകളിലും പൂക്കളിലുമുള്ള വെള്ളം തന്നെ ധാരാളം. ചിലപ്പോൾ ഒരു മാസം വരെ വെള്ളം കുടിക്കാതെയുമിരിക്കും.

മറ്റു വിശേഷങ്ങൾ

- ശത്രുക്കൾ എപ്പോൾ വേണമെങ്കിലും ചാടിവീഴാമെന്നതുകൊണ്ട് ജിറാഫ് അധികസമയം കിടക്കാറില്ല. കൂടുതൽ സമയവും നില്പാണ്. ഇടയ്ക്ക് ഇരിക്കും.
- നിന്നുകൊണ്ടുതന്നെയാണ് ജിറാഫ് ഉറങ്ങുന്നതും. ഒരു ദിവസം കഷ്ടിച്ച് മുപ്പത് മിനിറ്റ് മാത്രമേ ഉറങ്ങാറുള്ളു. അതും പലപ്പോഴായിട്ടാണ്.
- കണ്ടാൽ തോന്നില്ലെങ്കിലും ജിറാഫ് ഒരു തീറ്റപ്രിയനാണ്. സസ്യഭുക്കാണ്. പൂമൊട്ടും പൂക്കളും ഇലകളും കുറ്റിച്ചെടികളുമാണ് ആഹാരം. അക്കേഷ്യമരത്തിന്റെ ഇലയാണ് പ്രിയ ഭക്ഷണം. ദിവസത്തിൽ മിക്ക സമയവും ആഹാരം വായിലിട്ട് ചവച്ചുകൊണ്ടേയിരിക്കും. പശുക്കളെപ്പോലെ അയവിറക്കുകയും ചെയ്യും. ഓരോ ആഴ്ചയിലും 45 കിലോഗ്രാമോളം ഇലകൾ കഴിക്കാൻ വേണം. ഇതിനായി എല്ലായിടത്തും ചുറ്റിനടക്കും.
- ജിറാഫിന്റെ പ്രധാന ശത്രുക്കൾ സിംഹം, പുള്ളിപ്പുലി, കഴുതപ്പുലി, വേട്ടനായ്ക്കൾ എന്നിവയാണ്. ജിറാഫിന്റെ കാലുകൾ കണ്ടാൽ ഇര നിസ്സാരനാണെന്ന് ശത്രുവിന് തോന്നും. പക്ഷേ, കാലുകൾ നല്ല ബലമുള്ളവയാണ്. വേണ്ടിവന്നാൽ ശത്രുവിനെ ഒന്നു തൊഴിക്കാനും ജിറാഫിന് മടിയില്ല.
- പുൽമൈതാനങ്ങളിൽ വസിക്കാനാണ് ജിറാഫിന് ഇഷ്ടം.
- കാലുകൾക്ക് മാത്രമായി 6 അടിയാണ് നീളം.

- സാധാരണ ഗതിയിൽ പതുക്കെ അടിവെച്ചടിവെച്ചാണ് ജിറാഫ് നടക്കാറുള്ളത്. ഓട്ടം തുടങ്ങിയാൽ നല്ല സ്പീഡാണ്, മണിക്കൂറിൽ 56 കിലോമീറ്റർ വേഗത.
- ഓരോ മനുഷ്യരുടെയും വിരലടയാളം വ്യത്യസ്തമായിരിക്കുമല്ലോ. അതുപോലെ ഓരോ ജിറാഫിന്റെയും ശരീരത്തിലെ ഡിസൈനും വ്യത്യസ്തമായിരിക്കും. ഓരോ ജിറാഫിനും ശരീരത്തിലെ പുള്ളികൾ ഓരോ തരത്തിലായിരിക്കും. വെളുത്ത ശരീരത്തിലെ പൊട്ടുകൾക്ക് ബ്രൗണോ കറുപ്പോ നിറമായിരിക്കും. ശരീരത്തിലെ ഡിസൈൻ കാരണം മരങ്ങൾക്കിടയിൽ മറഞ്ഞുനിന്നാൽ ശത്രുക്കൾ പെട്ടെന്ന് തിരിച്ചറിയുകയില്ല.
- മുൻകാലുകൾക്ക് പിൻകാലുകളേക്കാൾ പത്തു ശതമാനം നീളം കൂടുതലാണ്. ജിറാഫിന്റെ നില്പ് കണ്ടാൽ ഇത് മനസ്സിലാകും. മുതുകിന്റെ ചരിവ് ശ്രദ്ധിച്ചാൽ മതി.
- ഹൃദയത്തിന്റെ ഭാരം 10 കിലോഗ്രാം.
- വലിയ കണ്ണുകളാണ് ജിറാഫിന്.
- വാലിന്റെ കാര്യം പറയാൻ മറന്നു. വാലിന് നീളം എട്ടടിയാണ്. മറ്റ് മൃഗങ്ങളെ അപേക്ഷിച്ച് വാലിന്റെ നീളത്തിലും ജിറാഫ് മുന്നിലാണ്. വാലിന്റെ അറ്റത്തുള്ള കറുത്ത കുറ്റി രോമങ്ങൾക്ക് നമ്മുടെ തലമുടിയുടെ പത്തിരട്ടി കനമുണ്ടായിരിക്കും.

പാവം, പാവം പൂച്ചമ്മ

മനുഷ്യനു പ്രിയപ്പെട്ട വളർത്തുമൃഗങ്ങളിലൊന്നാണ് പൂച്ച. കാണാൻ വളരെ 'ക്യൂട്ട്' ആണല്ലോ പൂച്ചക്കുട്ടികൾ. പൂച്ചയെ വീടുകളിൽ വളർത്താൻ തുടങ്ങിയിട്ട് ഏകദേശം 9500 വർഷങ്ങളായിട്ടുണ്ട്. ലോകത്തിലെ ഏതാണ്ട് 600 ദശലക്ഷം വീടുകളിൽ പൂച്ചയെ വളർത്തുന്നുണ്ട്.

ഒരു സാധാരണ പൂച്ചയ്ക്ക് 2.5 മുതൽ 7 കിലോഗ്രാം വരെ ഭാരവും 23 മുതൽ 25 സെന്റീമീറ്റർ വരെ പൊക്കവുമുണ്ടാകും. ആൺപൂച്ചകൾക്ക് പെൺപൂച്ചകളേക്കാൾ വലിപ്പമുണ്ടാകും. വാലിനു മാത്രമായി 30 സെന്റീമീറ്റർ നീളമുണ്ടായിരിക്കും. സാധാരണഗതിയിൽ പൂച്ചകൾക്ക് മുൻകാലുകളിൽ 5 വിരലുകളും പിൻകാലുകളിൽ 4 വിരലുകളുമാണുള്ളത്. അപൂർവ്വം ചില പൂച്ചകൾക്ക് കൂടുതൽ വിരലുകൾ കാണാം. പുറപ്പെടുവിക്കുന്ന ശബ്ദത്തിനും കേൾക്കുന്ന ശബ്ദത്തിനുമനുസരിച്ച് ചെവിയനക്കാൻ ഇവയ്ക്ക് കഴിയും. ഇവിടെ പറയുന്ന പല കാര്യങ്ങളും വീട്ടിലോ പരിസരത്തോ ഉള്ള പൂച്ചകളെ നിരീക്ഷിച്ച് കൂട്ടുകാർക്ക് മനസ്സിലാക്കാവുന്നതാണ്.

മനുഷ്യനുമായി ഒരു താരതമ്യം

- പ്രായപൂർത്തിയായ ഒരു പൂച്ചയ്ക്ക് 30 പല്ലുകളുണ്ട്. മനുഷ്യന് 32 പല്ലുകളുണ്ട്.
- പൂച്ചയുടെ ശരീരത്തിൽ മൊത്തം 230 എല്ലുകളുണ്ട്. മനുഷ്യന് ജനിക്കുമ്പോൾ 300 എല്ലുകളുണ്ടാകുമെങ്കിലും പ്രായപൂർത്തിയാകുമ്പോൾ ഇത് 206 ആയി ചുരുങ്ങും.
- പൂച്ചയ്ക്ക് തന്റെ കണ്ണിനു ചുറ്റും 220 ഡിഗ്രി കോണളവിലുള്ള കാഴ്ചകൾ കാണാൻ കഴിയും. മനുഷ്യനാണെങ്കിൽ 180 ഡിഗ്രി കോണളവിലുള്ളതേ കാണാൻ കഴിയൂ.
- മനുഷ്യന്റെ ഹൃദയമിടിപ്പ് മിനിറ്റിൽ 72 പ്രാവശ്യമാണെങ്കിൽ പൂച്ചകളുടെ ഹൃദയമിടിക്കുന്നത് ശരാശരി 150 തവണയാണ്.
- ഇവയ്ക്ക് മനുഷ്യരേക്കാൾ 14 ഇരട്ടി മണം പിടിക്കാനുള്ള ശക്തിയുണ്ട്.
- ഇവയ്ക്ക് മനുഷ്യരെക്കാളും കേൾവിശക്തിയുണ്ട്. ഏതു ചെറിയ ശബ്ദവും നന്നായി കേൾക്കും.
- രാത്രിയിൽ ഇവയ്ക്ക് മനുഷ്യരെക്കാളും ആറിരട്ടി കാഴ്ചശക്തിയുണ്ട്. രാത്രിയിലാണ് ഇര തേടുന്നത്.
- മനുഷ്യരുടെ വിരലടയാളങ്ങൾ വ്യത്യസ്തങ്ങളാണെങ്കിൽ പൂച്ചയുടെ മൂക്കിലെ രേഖകളാണ് വ്യത്യാസപ്പെട്ടിരിക്കുന്നത്.

വിശ്രമവേളകൾ

പൂച്ചകൾ എപ്പോഴും ഊർജ്ജസ്വലരായിരിക്കുന്നതിന്റെ രഹസ്യമെന്താണെന്നോ? ഉറക്കം തന്നെ. ദിവസവും ശരാശരി 13 മുതൽ 16 മണിക്കൂറുകൾ വരെ ഇവ ഉറങ്ങാറുണ്ട്. അതായത് ദിവസത്തിൽ ഏകദേശം മൂന്നിൽ രണ്ടു ഭാഗവും ഉറക്കമായിരിക്കും. എത്രത്തോളം ഉറങ്ങുന്നുണ്ടെന്ന് മനസ്സിലാക്കാൻ ഒരുദാഹരണം പറയാം.

ഒമ്പത് വയസ്സ് പ്രായമുള്ള ഒരു പൂച്ച ആറു വർഷവും ഉറക്കത്തിലായിരിക്കും. മിക്കപ്പോഴും ശരീരം നക്കിത്തുടച്ച് വെടിപ്പാക്കിവെയ്ക്കുന്നതിൽ ഇവയ്ക്ക് വലിയ ശ്രദ്ധയാണ്. ആയുസ്സിന്റെ മൂന്നിലൊന്ന് ഭാഗം സമയം ശരീരം നക്കിവൃത്തിയാക്കാൻ തന്നെ വേണം.

മറ്റ് വിശേഷങ്ങൾ

- 15-20 വർഷമാണ് ഒരു പൂച്ചയുടെ ആയുസ്സ്.
- വളർത്തുപൂച്ചകളിൽ ഏറ്റവും വലുത് മൈൻകൂൺ ക്യാറ്റ് എന്ന 11 കിലോഗ്രാം ഭാരമുള്ള ഇനമാണ്.
- ഓരോ പൂച്ചയും തന്റെ സാമ്രാജ്യത്തിന്റെ പരിധി അടയാളപ്പെടുത്തുന്നത് വിയർപ്പുകൊണ്ട് മണ്ണിലുരച്ചാണ്. വിയർപ്പു ഗ്രന്ഥികളില്ലാത്ത ഇവയുടെ കാൽവിരലിലൂടെയാണ് വിയർപ്പ് പുറത്തേക്ക് വരുന്നത്.
- സന്തോഷം വരുമ്പോഴും സങ്കടം വരുമ്പോഴും പൂച്ച 'മ്യാവൂ, മ്യാവൂ' എന്നുതന്നെയാണ് ശബ്ദമുണ്ടാക്കാറുള്ളത്. പക്ഷേ, ഈ 'മ്യാവൂ' തന്നെ നൂറ് തരത്തിലുണ്ട്.
- തന്നെക്കാളും അഞ്ചിരട്ടി പൊക്കത്തിൽ നിന്ന് ചാടാൻ പൂച്ചയ്ക്ക് കഴിയും. എങ്ങനെ ചാടിയാലും നാലു കാലിലേ ലാൻഡ് ചെയ്യൂ.
- രോമം നനഞ്ഞാൽ ഉണങ്ങാൻ വലിയ പ്രയാസമുള്ളതുകൊണ്ട് പൂച്ചകൾ കഴിവതും നനയാതെയിരിക്കാൻ ശ്രദ്ധിക്കാറുണ്ട്.
- ശരിയായ നിറം തിരിച്ചറിയാൻ ഇവയ്ക്ക് കഴിവില്ലെന്ന് ശാസ്ത്രജ്ഞന്മാർ കണ്ടെത്തിയിട്ടുണ്ട്.
- ഒരു പ്രസവത്തിൽ പൂച്ചയ്ക്ക് ഒമ്പത് കുഞ്ഞുങ്ങൾ വരെയുണ്ടാകും
- പൂച്ചയുടെ മൂത്രം ഇരുട്ടിൽ തിളങ്ങും.
- പേടിച്ചരണ്ട പൂച്ചകളുടെ ശരീരത്തിലെ മുഴുവൻ രോമങ്ങളും എഴുന്നുനില്ക്കും. മുതുകിലും വാലിലുമുള്ള രോമങ്ങൾ മാത്രമാണ് എഴുന്നുനില്ക്കുന്നതെങ്കിൽ അത് ആരെയോ

ആക്രമിക്കാനുള്ള പുറപ്പാടിലാണെന്ന് പറയാം.

- ദഹനം നന്നായി നടക്കാൻ ചില പൂച്ചകൾ പുല്ല് വായിലിട്ട് ചവയ്ക്കാറുണ്ട്.
- തന്റെ ഇരയെ പിടിക്കാൻ തലയുയർത്തിപ്പിടിച്ചാണ് പൂച്ചകൾ ഓടാറുള്ളത്.

വരയൻ കുപ്പായക്കാരൻ

സീബ്രാ ക്രോസിങ് എന്നു കേട്ടിട്ടില്ലേ? കാൽനടക്കാർക്ക് റോഡ് മുറിച്ചുകടക്കാനായി റോഡിൽ വരയ്ക്കുന്ന വെള്ളയും കറുപ്പും വരകൾക്കാണ് സീബ്രാ ക്രോസിങ് എന്നു പറയുന്നത്. ഇങ്ങനെ പേരുണ്ടായതുതന്നെ സീബ്രയുടെ ശരീരത്തിലെ ഡിസൈൻ വെള്ളയും കറുപ്പും വരകളായതുകൊണ്ടാണ്.

സീബ്രയുടെ ആകർഷണം തന്നെ ഈ വരകളാണ്. ഇവയെ മറ്റു മൃഗങ്ങളിൽനിന്നും വേറിട്ടുനിർത്തുന്നതും ഈ ഡിസൈനാണ്. അത്ഭുതപ്പെടുത്തുന്ന മറ്റൊരു കാര്യം പറയാം. ഓരോ സീബ്രയ്ക്കും ഓരോ തരത്തിലുള്ള ഡിസൈനാണ്. ചിത്രത്തിലുള്ള സീബ്രകളെ കണ്ടാൽ എല്ലാത്തിന്റെയും ശരീരത്തിലെ വരകൾ നമുക്ക് ഒരുപോലെയാണെന്ന് തോന്നുമെങ്കിലും അവയുടെ

ശരീരത്തിലെ വരകൾ വ്യത്യസ്തങ്ങളാണ്, അതായത് വ്യത്യസ്ത ഡിസൈനാണ്.

സീബ്രയുടെ ജന്മനാട് ആഫ്രിക്കയാണ്. വലിപ്പച്ചെറുപ്പമനുസരിച്ച് പല ഇനത്തിലുള്ള സീബ്രകളുണ്ട്. തോൾ വരെയുള്ള ശരാശരി പൊക്കം 4–5 അടിയാണ്. ഒരു സീബ്രയ്ക്ക് ശരാശരി 350 കിലോഗ്രാം ഭാരമുണ്ടാകും. കുതിരയുടേയും കഴുതയുടേയും വംശത്തിൽപ്പെട്ട മൃഗമാണ് സീബ്ര. കാട്ടുകഴുത എന്നർത്ഥമുള്ള പോർച്ചുഗീസ് വാക്കായ 'സീവ്ര'യിൽ നിന്നാണ് പേരിന്റെ ഉത്ഭവം.

ബ്ലാക്കിൽ വൈറ്റോ വൈറ്റിൽ ബ്ലാക്കോ?

സീബ്രയുടെ ദേഹത്ത് വെള്ളവരയാണോ കറുപ്പുവരയാണോ ആദ്യമുണ്ടാകുന്നത്? പറയാം. ജനിക്കുമ്പോൾ മിക്ക സീബ്രകൾക്കും കറുത്ത തൊലിയാണുണ്ടാവുക. ഇതിൽ പിന്നീട് വെള്ളവരകളുണ്ടാവുകയാണ് ചെയ്യുന്നത്. ഓരോ സീബ്രകളെയും ശരീരത്തിലെ ഡിസൈനിന്റെയും വലിപ്പത്തിന്റെയും അടിസ്ഥാനത്തിൽ തിരിച്ചറിയാൻ കഴിയും. ഓരോ മനുഷ്യന്റേയും വിരലടയാളം വ്യത്യസ്തങ്ങളെന്നപോലെ ഓരോ സീബ്രകളുടേയും ദേഹത്തുള്ള വരകളും വ്യത്യസ്തങ്ങളാണ്.

ചെവികളുടെ ചലനം

ഓരോ 'മൂഡ്' അനുസരിച്ച് സീബ്ര ഓരോ രീതിയിൽ ചെവി ചലിപ്പിക്കാറുണ്ട്. എങ്ങനെയെന്നോ? സീബ്ര ശാന്തനാണെങ്കിൽ ചെവികൾ അനങ്ങാതെ നിവർന്നുനില്ക്കും. പേടിച്ചുവിറച്ചിരിക്കുകയാണെങ്കിൽ ചെവികൾ മുന്നോട്ടു തള്ളിനില്ക്കും. കക്ഷി ദേഷ്യത്തിലാണെങ്കിൽ ചെവികൾ പിന്നോട്ട് വലിക്കും.

മറ്റ് വിശേഷങ്ങൾ

- ജനിക്കുമ്പോൾ സീബ്രക്കുഞ്ഞിന്റെ ശരീരത്തിലെ വരകളുടെ നിറം ബ്രൗണായിരിക്കും. വളരുന്തോറുമാണ് ബ്രൗൺ കറുപ്പായി മാറുന്നത്.

- ജനിച്ചുകഴിഞ്ഞ് ഒരു മണിക്കൂറിനുള്ളിൽ സീബ്രക്കുഞ്ഞുങ്ങൾ എണീറ്റ് നില്ക്കുകയും ഓടുകയും ചെയ്യും.
- പുരാതനറോമിൽ സീബ്രകളെ സർക്കസിൽ വണ്ടി വലിക്കാൻ ഉപയോഗിച്ചിരുന്നുവത്രേ.
- ശത്രുക്കൾ ഓടിച്ചാൽ സീബ്രകൾ തലങ്ങും വിലങ്ങുമാണ് ഓടുക. അങ്ങനെയാകുമ്പോൾ ശത്രുക്കൾക്ക് സീബ്രയെ എളുപ്പത്തിൽ പിന്തുടരാൻ കഴിയുകയില്ല.
- സീബ്രകൾ കൂട്ടംകൂട്ടമായി സഞ്ചരിക്കുന്നവയാണ്. ഉറങ്ങുമ്പോൾപ്പോലും അവ പരസ്പരം സംരക്ഷിക്കുന്നു. അതായത് ശത്രുക്കൾ വരുന്നുണ്ടോ എന്നു നിരീക്ഷിക്കാൻ കൂട്ടത്തിലെ ചിലർ ഷിഫ്റ്റ് അനുസരിച്ച് ഉണർന്നിരിക്കാറുണ്ട്.
- സീബ്രയുടെ കണ്ണുകൾ തലയുടെ ഇരുവശത്തുമായതുകൊണ്ട് കൂടുതൽ കാഴ്ചകൾ കാണാൻ കഴിയും.
- നിന്നുകൊണ്ടാണ് സീബ്രകൾ ഉറങ്ങുന്നത്.
- പുല്ല്, കുറ്റിച്ചെടികൾ, ഇലകൾ, മരച്ചില്ലകൾ തുടങ്ങിയവയാണ് സീബ്രയുടെ ഇഷ്ടാഹാരം.
- നീളമുള്ള കാലുകളും പേശീബലമുള്ള വലിയ ശരീരവും വലിയ മൂക്കും വലിയ ചെവികളും സീബ്രയുടെ പ്രത്യേകതകളാണ്.
- സീബ്രയുടെ കാലിൽ ഓരോ വിരൽ വീതമാണുള്ളത്.
- നല്ല ഘ്രാണശക്തിയും കേൾവിശക്തിയും സീബ്രയ്ക്കുണ്ട്. കാഴ്ചശക്തിയുടെ കാര്യമാണെങ്കിൽ, പകലും രാത്രിയും നന്നായി കാണാനും കഴിയും.
- പുല്ലുകൾ ചവച്ചുവിഴുങ്ങാൻ സീബ്രയ്ക്ക് കുറേ സമയം വേണം. ദിവസവും വെള്ളം കുടിക്കുകയും വേണം.
- ചിലയിനം സീബ്രകൾ വംശനാശഭീഷണി നേരിടുന്നുണ്ട്.
- വേഗത്തിൽ നടക്കാൻ കഴിയുമെങ്കിലും സീബ്രകൾക്ക് കുതിരകളേക്കാൾ സ്പീഡ് കുറവാണ്.
- സൂര്യകിരണങ്ങളുടെ ആഘാതമേല്ക്കാതിരിക്കാൻ സീബ്രയ്ക്ക് സ്വന്തം ശരീരത്തിലെ വരകൾ സഹായകമാകുമെന്ന് ജന്തുശാസ്ത്രജ്ഞർ പറയുന്നു.

- സീബ്രയ്ക്ക് നീണ്ട വാലാണ്. വാലിന്റെ അറ്റത്ത് വെളുപ്പും കറുപ്പും നിറമുള്ള രോമങ്ങൾ കാണാം.

ശത്രുവിനെതിരെ ഒറ്റക്കെട്ടായി

സീബ്രയുടെ പ്രധാന ശത്രു സിംഹമാണ്. സിംഹത്തിനാണെങ്കിൽ നിറം തിരിച്ചറിയാനും കഴിവില്ല. കൂട്ടംകൂട്ടമായി സീബ്രകൾ സഞ്ചരിക്കുന്നതു കണ്ടാൽ അവയെ ശരിക്കു കാണാനും സിംഹരാജന് കഴിയില്ല. കുറേ മൃഗങ്ങൾ ഒന്നിച്ച് നീങ്ങുന്നുണ്ടെന്ന് മനസ്സിലാകുമെങ്കിലും ചാടിവീഴുമ്പോൾ ഉന്നം തെറ്റിപ്പോകാറുണ്ട്.

ഇനിയിപ്പോൾ ഒരെണ്ണത്തിന്റെ പുറത്ത് ചാടിവീഴാൻ സിംഹത്തിന് കഴിഞ്ഞാലോ? ആ ചങ്ങാതിയെ ഒറ്റയ്ക്ക് മരിക്കാൻ വിട്ടിട്ട് കൂട്ടുകാർ സ്വയരക്ഷയ്ക്ക് ഓടിയൊളിക്കുകയൊന്നുമില്ല. അവ ഒറ്റക്കെട്ടായി ശത്രുവിനെ ഓടിക്കാനാണ് ശ്രമിക്കുക.

നല്ലൊരു ഓട്ടക്കാരനായ മുയലിന് നീണ്ട ചെവികളും വലിയ കണ്ണുകളും മേൽമീശയുമുണ്ട്. ഏതാണ്ട് 40 ഇനങ്ങളിലായി വെള്ള, കറുപ്പ്, ബ്രൗൺ നിറത്തിലുള്ള മുയലുകളുണ്ട്. രോമക്കുപ്പായക്കാരനായ മുയലിന് നല്ല കേൾവിശക്തിയും മണം തിരിച്ചറിയാനുള്ള ശക്തിയുമുണ്ട്. മണ്ണിൽ തന്നെ മാളമുണ്ടാക്കിയാണ് മുയൽ വസിക്കുന്നത്. കൂടുതൽ സമയവും മാളത്തിനു പുറത്തു ചെലവഴിക്കാനാണ് ഇവ ഇഷ്ടപ്പെടുന്നത്.

സാധാരണ ഗതിയിൽ അധികം ശബ്ദമുണ്ടാക്കുന്ന പ്രകൃതക്കാരല്ല മുയലുകൾ. അപകടസൂചന നല്കാൻ മാത്രമേ ഇക്കൂട്ടർ

ശബ്ദമുണ്ടാക്കാറുള്ളു. ശരീരത്തിന് മൊത്തം ഏകദേശം 40–50 സെന്റീമീറ്റർ നീളമുണ്ടാകും. വലിപ്പമനുസരിച്ച് ഒരു മുയലിന് 2 മുതൽ 11 പൗണ്ട് വരെ തൂക്കമുണ്ടായിരിക്കും. ലോകത്തിലെ മുയലുകളിൽ പകുതിയിൽ കൂടുതലും വടക്കേഅമേരിക്കയിലാണുള്ളത്.

വ്യായാമവും ആഹാരവും

പ്രിയപ്പെട്ട ആഹാരം പുല്ലും മരത്തൊലിയും ഇലകളുമാണ്. കാരറ്റ് തുടങ്ങിയ ആഹാരങ്ങൾ കൃഷിസ്ഥലത്തു നിന്നും ഇവ ഭക്ഷിക്കാറുണ്ട്. ദിവസവും നാല് മണിക്കൂർ വ്യായാമം ചെയ്താലേ മുയലിന് ആരോഗ്യമുണ്ടാവുകയുള്ളു എന്നാണ് ഗവേഷകരുടെ കണ്ടെത്തൽ. വ്യായാമം എന്നുവെച്ചാൽ ചാട്ടവും ഓട്ടവും തന്നെ.

ചില മുയലുകൾക്ക് പ്രായമാകുമ്പോൾ എല്ലുതേയ്മാനം സംഭവിക്കുന്നത് വ്യായാമം ഇല്ലാത്തതുകൊണ്ടും പോഷകമുള്ള ആഹാരം കിട്ടാത്തതുകൊണ്ടുമാണത്രേ. ചിലപ്പോൾ പോഷകഗുണമുള്ള സ്വന്തം വിസർജ്ജ്യം ഇവ ആഹാരമാക്കാറുണ്ട്.

മുയലിന്റെ വായിൽ 28 പല്ലുകളുണ്ട്. ഇവ ജീവിതകാലം മുഴുവനും വളർന്നുകൊണ്ടേയിരിക്കും. പുല്ലരിയാൻ പാകത്തിൽ മുൻനിരയിൽ വലിയ പല്ലുകളാണിവയ്ക്ക്.

ചെവിയും കണ്ണുകളും

മുയലിന്റെ തലയുടെ ഇരുവശത്തുമായാണ് കണ്ണുകൾ. അതുകൊണ്ട് 190 ഡിഗ്രി കോണളവിലുള്ള അതായത് ചുറ്റുമുള്ള മിക്കവാറും എല്ലാ കാഴ്ചകളും കാണാൻ മുയലിന് സാധിക്കും. പിറകിലുള്ള എല്ലാ കാഴ്ചകളും കാണാൻ സാധിക്കുമെങ്കിലും കണ്ണിന്റെ തൊട്ടുമുന്നിലുള്ളവ വ്യക്തമായി കാണാൻ കഴിയില്ല.

ശത്രുക്കൾ വരുന്നുണ്ടോ ശബ്ദം കേൾക്കുന്നുണ്ടോ എന്നൊക്കെ വലിയ ചെവികൊണ്ട് സൂക്ഷ്മമായി നിരീക്ഷിക്കാൻ മുയലിന് കഴിയും. ഏതു ചെറിയ ശബ്ദവും പിടിച്ചെടുക്കാൻ കഴിയുന്ന ചെവികളാണിവയ്ക്ക്. മാത്രവുമല്ല ചെവികൾ ഏതു

ദിശയിലേക്ക് വേണമെങ്കിലും തിരിക്കാനും കഴിയും. ഒന്നുകൂടി വിശദമാക്കാം. റഡാർ ഡിഷ് പോലെ മുയലിന് ചെവി വട്ടത്തിലാട്ടാൻ കഴിയും. ചെവികൾക്ക് സംവേദനക്ഷമത (സെൻസിറ്റിവിറ്റി) കൂടുതലുണ്ടാകാൻ കാരണം ചെവിയിലെ അനേകം രക്തക്കുഴലുകളാണ്. അതുകൊണ്ടുതന്നെ ചെവിക്കു പിടിച്ച് ഒരു മുയലിനെ പൊക്കിയെടുത്താൽ അതിന് വേദനിക്കും.

മുയലിന്റെ പല്ല് എപ്പോഴും വളർന്നുകൊണ്ടിരിക്കുന്നുവെന്ന് പറഞ്ഞല്ലോ. മുയലിന് ആഹാരസാധനങ്ങൾ കൂടാതെ വയ്ക്കോലും തടിക്കഷണവും നന്നായി ചവയ്ക്കുന്ന സ്വഭാവമുണ്ട്. ഇങ്ങനെ ചവയ്ക്കുമ്പോൾ അധികം വളർന്നുനില്ക്കുന്ന പല്ല് തേഞ്ഞുപോകും. പല്ലിന്റെ വലിപ്പം ക്രമീകരിക്കാനും സാധിക്കും. എന്നാൽ ചില മുയലുകൾക്ക് ഈ തേയ്മാനം സംഭവിക്കാത്തതുകൊണ്ട് പല്ല് പുറത്തേക്ക് വളർന്നുവരുന്നു. ഇക്കാരണത്താൽ ആഹാരം കഴിക്കാനും ഇവ ബുദ്ധിമുട്ടാറുണ്ട്.

മറ്റ് വിശേഷങ്ങൾ

- മുയൽ പൂച്ചയെപ്പോലെയാണ് കരയുന്നത്. മറ്റ് ശബ്ദങ്ങളുമുണ്ടാക്കാറുണ്ട്.
- മണിക്കൂറിൽ 35 മൈൽ സ്പീഡിലോടാൻ മുയലിന് കഴിയും.
- നല്ല ഓർമ്മശക്തിയുള്ള മൃഗങ്ങളാണത്രേ മുയലുകൾ.
- രാത്രിസഞ്ചാരികളാണ് മുയലുകൾ.
- ചാടാനും ഓടാനും അനുയോജ്യമായ പിൻകാലുകളാണ് മുയലിനുള്ളത്.
- വെയിലിന്റെ ചൂട് അധികം താങ്ങാൻ മുയലുകൾക്ക് കഴിയില്ല.
- മുയലുകൾ ശരീരം നക്കിത്തുടച്ചാണ് വൃത്തിയാക്കുന്നത്.
- കണ്ണുകൾ തുറന്നുവെച്ചുകൊണ്ട് ഉറങ്ങാൻ മുയലിന് കഴിയും.
- മുയലിന് മൂന്ന് കൺപോളകളുണ്ട്.
- മനുഷ്യനോട് വേഗം ഇണങ്ങുന്ന മൃഗമായതുകൊണ്ട് വളർത്തുമൃഗങ്ങളിലൊന്നായി മാറിക്കഴിഞ്ഞു മുയൽ.

- ഉറക്കം ദിവസവും ഏതാണ്ട് 8 മണിക്കൂർ.
- ആയുസ്സ് 9 മുതൽ 12 വർഷം വരെയാണ്.
- മുയലിന്റെ വിസർജ്ജ്യം നല്ല വളമാണ്.
- 3 അടിയോളം ഉയരത്തിൽ ചാടാൻ മുയലിന് കഴിയും.
- മുയലിന്റെ മുൻകാലിൽ 5 വിരലുകളും പിൻകാലിൽ 4 വിരലുകളുമാണുള്ളത്.
- മുയലിന്റെ എല്ലുകൾക്ക് എളുപ്പം പരിക്കേല്ക്കാനും പൊട്ടാനും സാദ്ധ്യത കൂടുതലാണ്.

ചുമടുതാങ്ങി

സീബ്രകളും കുതിരകളും ഉൾപ്പെടുന്ന കുടുംബത്തിലെ ഏറ്റവും ചെറിയ മൃഗമാണ് കഴുത. പല വലിപ്പത്തിലുള്ള കഴുതകളുണ്ട്. ശരീരത്തിലെ രോമങ്ങളുടെ നിറം ചാരമോ ചുവപ്പു കലർന്ന ബ്രൗണോ ആയിരിക്കും. കഴുതകളുടെ സ്വദേശം ആഫ്രിക്കൻ മരുഭൂമികളാണ്. ഇന്നത്തെ കഴുതകൾ ആഫ്രിക്കയിലെ കാട്ടുകഴുതകളുടെ പിൻഗാമികളാണ്. ഒരു കഴുതയ്ക്ക് 570 പൗണ്ട് വരെ ഭാരം വെക്കാറുണ്ട്. തോൾ വരെ പൊക്കം ശരാശരി ഒന്നര മീറ്ററാണ്.

ലോകത്ത് മൊത്തം 44 മില്യനോളം കഴുതകളുണ്ടായിരിക്കാമെന്നാണ് കണക്കുകൂട്ടൽ. കൂട്ടമായി മേഞ്ഞുനടക്കാൻ ഇഷ്ടപ്പെടുന്ന ഇവ സംഘത്തിലെ ശക്തി കൂടിയ ആളെ നേതാവാക്കും.

ചെന്നായോ മറ്റോ ആക്രമിക്കാൻ വന്നാൽ നേതാവ് അതിനെ ചെറുത്തുനില്ക്കും. ആ സമയംകൊണ്ട് ബാക്കിയുള്ളവ ഓടിയൊളിക്കുകയും ചെയ്യും.

കേവലം ചുമടുതാങ്ങിയല്ല!

മനുഷ്യനുമായി വേഗം ഇണങ്ങുന്ന മൃഗമാണ് കഴുത. കഴുതയെപ്പോലെ അദ്ധ്വാനിക്കുക എന്നൊരു ചൊല്ലു തന്നെയുണ്ട്. കഴുതകൾ നല്ല അദ്ധ്വാനികളാണ്. തങ്ങളുടെ ശരീരത്തിന്റെ ഏകദേശം പകുതി ഭാരം ചുമക്കാൻ ഇവയ്ക്ക് കഴിയും. കുതിരകളേക്കാളും വലിപ്പം കുറവാണെങ്കിലും ശക്തി കൂടുതൽ കഴുതയ്ക്കാണ്.

മറ്റു മൃഗങ്ങളുടെ ആക്രമണത്തിൽനിന്നും കന്നുകാലികളെ രക്ഷിക്കാൻ കന്നുകാലികളോടൊപ്പം കഴുതകളേയും പുല്ലു മേയാൻ വിടാറുണ്ട്. കന്നുകാലികളെ സംരക്ഷിക്കുന്നതിൽ കഴുത അതീവശ്രദ്ധാലുവാണത്രേ. പണ്ടുകാലങ്ങളിൽ കഴുതകളെക്കൊണ്ട് നിലമുഴുതിരുന്നു. യൂറോപ്പിലെയും ആഫ്രിക്കയിലെയും ഗുഹാചിത്രങ്ങളിൽ കഴുതയെക്കൊണ്ട് നിലമുഴുന്ന ചിത്രങ്ങൾ കാണാവുന്നതാണ്.

ഒരു കാലത്ത് കഴുതപ്പാൽ ഔഷധമായി ഉപയോഗിച്ചിരുന്നു. ക്ഷയരോഗത്തിനുള്ള മറുമരുന്നായി ഇത് നല്കിയിരുന്നു. പശുവിൻപാലിനേക്കാളും കൂടുതൽ പ്രോട്ടീൻ കഴുതപ്പാലിനുണ്ട്, കൊഴുപ്പ് കുറവുമാണ്. മുമ്പ് യൂറോപ്പിലും മറ്റും കച്ചവടക്കാരുടെ വീട്ടിൽ വളർത്തുമൃഗമായി ഒരു കഴുതയുള്ളത് 'സ്റ്റാറ്റസ് സിംബലാ'യി കരുതിയിരുന്നു.

കഥകളിലും മറ്റും കഴുതകളെ ബുദ്ധിയില്ലാത്ത മൃഗമായി ചിത്രീകരിക്കുന്നത് കൂട്ടുകാർ വായിച്ചിട്ടുണ്ടാകും. ബുദ്ധി കുറഞ്ഞ മണ്ടന്മാരെ കഴുതയെന്നു വിളിക്കാനും മനുഷ്യൻ മടിക്കാറില്ല. കഴുതയെന്നാൽ ബുദ്ധിയില്ലായ്മയുടെ പര്യായമെന്നോണമാണ് ഈ പ്രയോഗം. എന്നാൽ ഇത് സത്യമല്ല കേട്ടോ. വളരെ ബുദ്ധി

യുള്ള മൃഗമാണ് കഴുത. കുതിരയുമായി താരതമ്യം ചെയ്താൽ കുതിരയേക്കാളും ബുദ്ധി കഴുതയ്ക്കാണ്.

കഴുതയ്ക്ക് ചിന്തിക്കാനും പ്രതികരിക്കാനുമുള്ള ശേഷിയുണ്ട്. 'ബേ, ബേ' എന്ന കരച്ചിലിലൂടെ കഴുതകൾ തമ്മിൽ സന്ദേശങ്ങൾ കൈമാറുകയാണ് ചെയ്യുന്നത്. മൂന്നു കിലോമീറ്റർ ദൂരെ വരെ ഈ 'ബേ' ശബ്ദം കേൾക്കാം. നല്ല ഓർമ്മശക്തിയും കഴുതയ്ക്കുണ്ട്. 25 വർഷം മുമ്പ് തങ്ങൾ ജീവിച്ച സ്ഥലം വരെ തിരിച്ചറിയാൻ ഇവയ്ക്ക് കഴിയുമെന്നാണ് ശാസ്ത്രജ്ഞർ പറയുന്നത്.

മറ്റ് വിശേഷങ്ങൾ

- പുല്ലു മേയുന്ന സ്വഭാവക്കാരനാണ് കഴുത. പൂവും ഇലയും മരത്തൊലിയുമെല്ലാം ഭക്ഷിക്കും.
- കുതിരപ്പന്തയത്തിൽ തോല്ക്കുന്ന കുതിരകളെ കഴുതയെന്ന് വിളിച്ചിരുന്നുവത്രേ.
- കഴുതകൾക്ക് കുതിരകളെപ്പോലെ ഓടാൻ കഴിയില്ല.
- കഴുതയ്ക്ക് മഴ നനയുന്നത് ഇഷ്ടമല്ല. കാരണം ഇതിന്റെ രോമങ്ങൾ 'വാട്ടർപ്രൂഫ്' അല്ല. നനഞ്ഞാൽ ഉണങ്ങാൻ വല്ലാത്ത പാടാണ്. അതുകൊണ്ട് ഇക്കൂട്ടർ നനയാതെയിരിക്കാൻ പ്രത്യേകം ശ്രദ്ധിക്കുന്നു.
- ഈജിപ്തുകാർ പണക്കാരാകാൻ കാരണക്കാരൻ കഴുതയും കൂടിയാണ്. കാരണം മറ്റൊന്നുമല്ല. ആഫ്രിക്കയിൽ നിന്നും രത്നങ്ങൾ ശേഖരിച്ച് കഴുതപ്പുറത്തേറ്റിയാണ് അവർ സ്വന്തം നാട്ടിലേക്ക് കൊണ്ടുപോയിരുന്നത്.
- ആയുസ്സ് 25–40 വർഷമാണ്.

ചെവി

ഏത് ചെറിയ ശബ്ദവും പിടിച്ചെടുക്കുന്ന വലിയ ചെവികളാണ് കഴുതയ്ക്ക്. മരുപ്രദേശങ്ങളിൽ 60 മൈൽ ദൂരെ നിന്നുള്ള ശബ്ദംവരെ കേൾക്കാൻ ഇവയ്ക്ക് കഴിയും. ശരീരത്തെ തണുപ്പിക്കാനും ചെവികൾക്ക് കഴിയും.

ലോകത്തിൽ എല്ലായിടത്തും, ദക്ഷിണധ്രുവം ഒഴികെയുള്ള എല്ലാ പ്രദേശങ്ങളിലും തവളകളുണ്ട്. മൊത്തം അയ്യായിരത്തോളം ഇനം തവളകളുണ്ട്. വെള്ളത്തിലും കരയിലും ജീവിക്കാൻ കഴിയുന്ന ഉഭയജീവിയാണ് തവളയെങ്കിലും മിക്ക തവളകളും വെള്ളത്തിലല്ല, വെള്ളമുള്ള സ്ഥലങ്ങളുടെ അടുത്താണ് വസിക്കുന്നത്. ആഫ്രിക്കൻ ഡ്വാർഫ് തവളകൾ എപ്പോഴും വെള്ളത്തിലാണ് കഴിയുന്നത്.

ആഫ്രിക്കയിലെ കാമറൂണിൽ കാണപ്പെടുന്ന ഗോലിയാത്ത് തവളയാണ് വലിപ്പത്തിൽ വമ്പൻ. ഇവയുടെ ശരീരത്തിന് ഒരടി നീളമുണ്ടാകും. കാലുകൾക്കും അതേ നീളമായിരിക്കും. 2009 ഏപ്രിലിൽ ഏറ്റവും ചെറിയ തവളയെ പെറുവിലെ ആൻഡീസ് മലനിരകളിൽ ശാസ്ത്രജ്ഞർ കണ്ടെത്തിയിട്ടുണ്ട്. ഇതിന് 0.45 ഇഞ്ച് നീളമുണ്ട്. ജീവിക്കുന്ന പ്രദേശത്തിന്റെ കാലാവസ്ഥയനുസരിച്ച് ഇണങ്ങിച്ചേരാൻ കഴിയുന്ന ജീവികളാണ് തവളകൾ. ബ്രൗൺ, പച്ച നിറമാണ് മിക്ക തവളകൾക്കും. കടുംനിറമുള്ള തവളയാണെങ്കിൽ അത് വിഷമുള്ള തവളയായിരിക്കും.

തവളക്കണ്ണ്

മുഖത്ത് ഏറ്റവും മുകളിലായി വശങ്ങളിലാണ് കണ്ണുകൾ. വൃത്താകൃതിയിലുള്ള ഇവ പുറത്തേക്ക് തള്ളിനില്ക്കും. കണ്ണുകൾ കണ്ടാൽ ഫുട്ബോൾ പോലെയാണ് തോന്നുക. പുറത്തേക്ക് തുറിച്ചുനില്ക്കുന്ന കണ്ണുകൾ കൊണ്ട് തവളയ്ക്ക് എല്ലാ വശവും കാണാൻ കഴിയും. മുന്നിലുള്ള ചലിക്കുന്ന വസ്തുക്കളെ മാത്രമേ തവളയ്ക്ക് കാണാൻ കഴിയൂ. അതുകൊണ്ട് ഇരകൾ നീങ്ങാതെ ഒരിടത്ത് നിലയുറപ്പിച്ചാൽ തവളയ്ക്ക് അവയെ പിടിക്കാൻ കഴിയില്ല.

ആഹാരം

തവള മാംസഭുക്കാണ്. വലിയ തവളകളുടെ ആഹാരം പാമ്പ്, ആമ, എലി, വവ്വാൽ, ചെറുതവളകൾ തുടങ്ങിയവയാണ്. ചെറിയ തവളകൾ ഈച്ച, കൊതുക്, തുമ്പി, ഒച്ച്, പുഴു, ചെറിയ മീൻ തുടങ്ങിയവയെ തിന്നും. തവളകൾ ഒരിക്കലും വെള്ളം കുടിക്കാറില്ല. ഇവ ആവശ്യമുള്ള വെള്ളം തൊലിപ്പുറത്തുകൂടി ആഗിരണം ചെയ്യുന്നു.

തവള ഇര പിടിക്കുന്നതെങ്ങനെയെന്നോ? ഇര വരുന്നതു കണ്ടാൽ ഈ വിരുതൻ നാക്ക് നീട്ടിപ്പിടിക്കും. പശിമയുള്ള നാക്കിൽ ഇര ഒട്ടിപ്പിടിക്കും. ഉടനെ അതിനെ വിഴുങ്ങുകയും ചെയ്യും. ചില തവളകൾക്ക് പല്ലുകളുണ്ടായിരിക്കും. പക്ഷേ, അവയുപയോഗിച്ച് ആഹാരം ചവയ്ക്കാറൊന്നുമില്ല. തവളകൾ എപ്പോഴും ആഹാരം മുഴുവനായി വിഴുങ്ങുകയാണ് പതിവ്. നാക്കില്ലാത്ത തവളകളുമുണ്ട്. നാക്കില്ലെങ്കിൽ ഇരയെ വിരൽ കൊണ്ട് പിടിച്ച് വായിലിടും.

ആഹാരം വിഴുങ്ങുമ്പോൾ തവളയുടെ കണ്ണുകൾ അടയും. അവ തലയ്ക്കുള്ളിലേക്ക് ഇറങ്ങിപ്പോകും. ഇങ്ങനെ ചെയ്യുന്നത് ആഹാരം തൊണ്ടയിലൂടെ ഇറങ്ങിപ്പോകാൻ സഹായിക്കും.

കരച്ചിലും പാട്ടും

മഴ പെയ്താൽ തവള 'ക്രോം ക്രോം' എന്ന് കരയുമെന്ന്

കൂട്ടുകാർക്കറിയാമായിരിക്കും. കാലാവസ്ഥ മാറുമ്പോഴും ഇണ ചേരുമ്പോഴും അപകടം വരുമ്പോഴുമാണ് ഇക്കൂട്ടർ കരയുന്നത്. ഇണയെ ആകർഷിക്കാൻ ആൺതവള പ്രത്യേക രീതിയിൽ പാട്ടും പാടും. ഇത് പെൺതവളകൾക്കു മാത്രമേ മനസ്സിലാക്കാൻ പറ്റൂ.

മറ്റ് വിശേഷങ്ങൾ

- പെൺതവളകൾ കൂടുതൽ സമയവും നിശ്ശബ്ദരാണ്.
- തവളകൾ കുറയുന്നതുകൊണ്ടാണ് കൊതുകുകൾ പെരുകുന്നത്. തവളകൾ ഒരു ദിവസം കൊണ്ട് ആയിരത്തോളം കൊതുകുകളെ ശാപ്പിടും.
- വളരെ മൃദുവായതും ഈർപ്പമുള്ളതും തൊട്ടാൽ ഒട്ടിപ്പിടിക്കുന്നതുപോലെയുമാണ് തവളയുടെ തൊലി.
- തവളയ്ക്ക് തന്റെ ശരീരത്തിന്റെ 20 ഇരട്ടി പൊക്കത്തിലേക്ക് ചാടാൻ കഴിയും.
- തവളകൾ നല്ല നീന്തൽക്കാരാണ്. പക്ഷേ, കുറേനേരം നീന്തിക്കഴിഞ്ഞിട്ട് കയറാൻ അടുത്ത് കര കണ്ടില്ലെങ്കിൽ അവ മുങ്ങിച്ചത്തുപോകും.
- തൊലി, വായ എന്നിവയിലൂടെയാണ് തവള ശ്വസിക്കുന്നത്.
- തൊണ്ടയിലെ ശബ്ദഅറകളിൽ വായു നിറച്ചാണ് ആൺ തവളകൾ കരയാറുള്ളത്. എന്നാലേ വലിയ ശബ്ദം പുറപ്പെടുവിക്കാൻ കഴിയൂ. ഈ ശബ്ദം ഏകദേശം ഒരു മൈൽ ദൂരെ വരെ കേൾക്കാൻ കഴിയും.
- ഉപ്പുജലത്തിൽ വസിക്കാൻ തവളകൾക്കാവില്ല.
- ചില തവളകൾക്ക് ഋതുക്കൾ മാറുന്നതനുസരിച്ച് നിറം മാറും.
- ഉത്തരധ്രുവത്തിലെ തവളയാണ് നോർത്ത് അമേരിക്കൻ വുഡ് തവള. ഇതിന്റെ ശരീരം മഞ്ഞുകാലത്ത് മരവിക്കും. ഹൃദയമിടിപ്പ് നിലയ്ക്കുകയും ചെയ്യും. തണുപ്പ് മാറിയാൽ വീണ്ടും ജീവൻ വെക്കും.
- ആയുസ്സ് ഏതാണ്ട് 15 വർഷം.

മാൻവിശേഷങ്ങൾ

ലോകത്തിലെല്ലായിടത്തും മാനുകളെ കാണാം. നൂറോളം ഇനം മാനുകളുണ്ട്. ചൈനീസ് വാട്ടർ മാനിനൊഴികെ മറ്റെല്ലാ മാനുകൾക്കും കൊമ്പുകളുണ്ട്. ഈ കൊമ്പുകൾ ഓരോ വർഷവും പൊഴിഞ്ഞുപോകുകയും പുതിയവ വളരെ വേഗത്തിൽ വളരുകയും ചെയ്യും. ഓരോ ഇനം മാനുകൾക്കും ഓരോ തരത്തിലുള്ള കൊമ്പുകളാണ്.

കേൾവിശക്തി

മാനുകൾ അസാമാന്യ കേൾവിശക്തിക്കുടമകളാണ്. ചെവിയിൽ ധാരാളം പേശികളുണ്ട്. ഈ പേശികളുടെ സഹായത്താൽ തല തിരിക്കാതെ തന്നെ ചെവി ഏതു ദിശയിലേക്കും തിരിക്കാൻ ഇവയ്ക്ക് കഴിയും. മനുഷ്യർക്ക് കേൾക്കാൻ കഴിയുന്നതിനേക്കാളും ആവൃത്തി കൂടുതലുള്ള ശബ്ദങ്ങൾ ഇവയ്ക്ക് കേൾക്കാൻ കഴിയും.

ഘ്രാണശക്തി

മണം പിടിക്കാനുള്ള അസാമാന്യശക്തിയും മാനുകൾക്കുണ്ട്. ഇതുമൂലം ദൂരെ നിന്നും വരുന്ന ശത്രുക്കളെ മനസ്സിലാക്കാൻ ഇവയ്ക്ക് കഴിയും. ഇടയ്ക്കിടയ്ക്ക് നാക്ക് കൊണ്ട് മൂക്ക് നനയ്ക്കുന്നത് ഇവയുടെ സ്വഭാവമാണ്. ഈ നനവ് മണം പിടിക്കാൻ ഇവയെ സഹായിക്കുന്നു. മറ്റ് മാനുകൾ പുറത്തുവിടുന്ന ഗന്ധവും വേഗം തിരിച്ചറിയാൻ ഇതു മൂലം കഴിയുന്നു.

മാൻമിഴികൾ

തലയുടെ ഇരുവശങ്ങളിലുമാണ് മാനിന്റെ കണ്ണുകൾ. ചുറ്റും 310 ഡിഗ്രിയിലുള്ള കാഴ്ചകൾ കാണാൻ ഇവയ്ക്കു കഴിയും. അതുകൊണ്ട് ഒരു പ്രത്യേക സ്ഥലത്ത് ദൃഷ്ടിയുറപ്പിക്കാൻ മാനിന് കഴിയില്ല. രാത്രി ഇവയ്ക്ക് നല്ല കാഴ്ചശക്തിയുണ്ട്.

ആഹാരം

മാനുകൾ സസ്യഭുക്കുകളാണ്. പുല്ല്, ഇലകൾ, തണ്ട്, ചെറുപഴങ്ങൾ, കുറ്റിച്ചെടികൾ, കൂണുകൾ, ചോളം തുടങ്ങിയവയാണ് ആഹാരം. മാനിന്റെ വയറ്റിൽ നാല് അറകളുണ്ട്. രാവിലെ മാൻ കഴിക്കുന്ന ആഹാരം ആദ്യത്തെ അറയിലേക്കാണ് പോകുന്നത്. ഉച്ചയ്ക്ക് വിശ്രമിക്കുമ്പോൾ ഈ ആഹാരം ആദ്യഅറയിൽ നിന്നും ചെറിയ ഉരുളകളായി രണ്ടാമത്തെ അറയിലെത്തും. ഇത് വീണ്ടും വായിലെത്തുകയും മാൻ വീണ്ടും ചവയ്ക്കാൻ തുടങ്ങുകയും ചെയ്യും. ചവച്ച ആഹാരം മൂന്നാമത്തെയും നാലാമത്തെയും അറയിലെത്തും.

മറ്റ് വിശേഷങ്ങൾ

- ഇരുകണ്ണുകളുടെയും മുൻവശത്തുള്ള ഒരു ഗ്രന്ഥിയിൽ നിന്നുള്ള ഒരു സ്രവം കൊണ്ടാണ് ഓരോ മാനും തന്റെ അതിർത്തി അടയാളപ്പെടുത്തുന്നത്.
- മാൻകുട്ടി പിറക്കുമ്പോൾ ശരീരത്തിൽ വെള്ളപ്പൊട്ടുകളുണ്ടായിരിക്കും. വളരുമ്പോൾ അവ അപ്രത്യക്ഷമാകും.

- പിറന്ന് 20 മിനിറ്റിനുള്ളിൽ മാൻകുട്ടി എഴുന്നേറ്റ് നടക്കും.
- മാൻ കൂട്ടാളികൾക്ക് അപകടമുന്നറിയിപ്പ് നല്കുന്നത് വാൽ പൊക്കിയാണ്.
- മഞ്ഞുകാലത്ത് മാനുകൾ അധികം ചുറ്റിസഞ്ചരിക്കാറില്ല. ഓടിക്കളിക്കുകയും ചെയ്യാറില്ല. അതുകൊണ്ടുതന്നെ ഈ സമയത്ത് സാധാരണ കഴിക്കുന്നതിന്റെ മൂന്നിലൊന്ന് ഭക്ഷണം മതി.
- മുൻവശത്ത് മുകൾനിരയിൽ മാനിന് പല്ലുകളില്ല. മോണ മാത്രമേയുള്ളു. ഈ മോണയുപയോഗിച്ച് ആഹാരം ചവയ്ക്കുന്നു.
- കാലിൽ രണ്ട് വിരലുകളാണുള്ളത്.
- ബലമേറിയ പേശികളുള്ള നീണ്ട കാലുകളാണ് മാനിനുള്ളത്.
- ഓട്ടം മണിക്കൂറിൽ 40 മൈൽ വേഗതയിലാണ്.
- പത്തടി ദൂരം ചാടാൻ കഴിയും. വേഗതയുള്ള നീന്തൽക്കാരുമാണിവ.
- ആയുസ്സ് ഏതാണ്ട് 20 വർഷം.

മനുഷ്യൻ ഇണക്കിവളർത്തിയ ആദ്യമൃഗം നായയാണെന്നാണ് കരുതുന്നത്. പണ്ട് നായാട്ടിന് പോകുമ്പോൾ മനുഷ്യൻ നായകളെ ഒപ്പം കൊണ്ടുപോയിരുന്നു. കാലക്രമേണ നായ മനുഷ്യന്റെ ഉറ്റമിത്രമായി മാറി. ഭൂമുഖത്ത് ഏകദേശം 400 മില്യൻ നായ്ക്കളുണ്ടെന്നാണ് കരുതുന്നത്. ഇവ നൂറോളം ഇനങ്ങളുണ്ട്.

കാഴ്ചശക്തി

പൊതുവെ നായയുടെ കാഴ്ചശക്തി മറ്റ് മൃഗങ്ങളെ അപേക്ഷിച്ച് കുറവാണ്. നീങ്ങുന്ന ഒരു വസ്തുവിനെ വേഗം തിരിച്ചറിയാൻ നായയ്ക്ക് കഴിയും. ചലിക്കാത്ത വസ്തുക്കളേക്കാൾ ചലിക്കുന്ന വസ്തുക്കളെ വളരെ ദൂരെനിന്നും തിരിച്ചറിയാനാണ് കഴിവ് കൂടുതൽ. അതായത് നിശ്ചലനായി ദൂരെ നില്ക്കുന്ന യജമാനനേക്കാൾ ദൂരെ നിന്നും കൈവീശുന്ന യജമാനനെയാണ്

ആംഗ്യം കാണിച്ചുകൊണ്ടുള്ള ആജ്ഞകളാണ് വേഗത്തിൽ ഇവ അനുസരിക്കുക. 150-200 വാക്കുകളോളം മനസ്സിലാക്കാനുള്ള കഴിവ് വളർത്തുനായ്ക്കൾക്കുണ്ട്.

മുഖലക്ഷണം

ഒരു നായയുടെ മുഖം കണ്ടാൽ അതിന്റെ ആയുസ്സ് പ്രവചിക്കാം! ചെന്നായ്ക്കളെപ്പോലെ കൂർത്ത മുഖമുള്ളവയ്ക്കാണ് ആയുസ്സ് കൂടുതൽ. ബുൾഡോഗിനെപ്പോലെ പരന്ന മുഖമുള്ള ഇനം നായ്ക്കൾ അല്പായുസ്സുള്ളവരാണ്. വലിപ്പം കുറഞ്ഞ നായ്ക്കൾ 16 വർഷം വരെ ജീവിക്കും. ചെറിയ ഇനം നായ്ക്കളുടെ ആയുസ്സ് 12 വർഷമാണ്.

മറ്റ് വിശേഷങ്ങൾ

- എല്ലായിനം നായ്ക്കൾക്കും 42 പല്ലുകളും 321 എല്ലുകളുമുണ്ടായിരിക്കും.
- ജനിക്കുമ്പോൾ നായക്കുട്ടിക്ക് കാഴ്ചയുണ്ടാവില്ല, കേൾക്കാനും കഴിയില്ല, പല്ലുകളുമുണ്ടായിരിക്കുകയില്ല.
- നായ്ക്കൾക്ക് മഴ പെയ്യുന്നത് ഇഷ്ടമല്ല. കാരണം മഴയുടെ ശബ്ദം അവയുടെ സെൻസിറ്റീവ് ചെവികളിൽ പതിക്കുമ്പോൾ വല്ലാത്ത അസ്വസ്ഥതയാണുണ്ടാവുക.
- പുരാതന ഈജിപ്തിൽ വളർത്തുനായ ചത്താൽ ഉടമ ദിവസങ്ങളോളം കരയും. മാത്രമല്ല പുരികം വടിക്കും, തലമുടിയിൽ ചെളിയും പുരട്ടും.
- അമേരിക്കയിൽ 1884 ൽ തന്നെ നായ്ക്കളുടെ ക്ലബ് രൂപീകരിച്ചിരുന്നു.
- ആദ്യഡോഗ്ഷോ നടന്നത് ലണ്ടനിലാണ്, 1859 ൽ.

കരടിക്കുട്ടന്മാർ

തെക്കേഅമേരിക്കയിലും വടക്കേഅമേരിക്കയിലും യൂറോപ്പിലും ഏഷ്യയിലും കാണപ്പെടുന്ന കരടികൾ പ്രധാനമായും എട്ടിനങ്ങളാണുള്ളത്. ഏഷ്യൻ കരടി, ബ്രൗൺ കരടി, കരിങ്കരടി, സൺബെയർ, സ്ലോത്ത് ബെയർ, പാണ്ട അഥവാ കരടിപ്പൂച്ച, അമേരിക്കൻ കരടി. ധ്രുവക്കരടികളാണ് വലിപ്പമേറിയവ. ഇവയ്ക്ക് ഏതാണ്ട് 750 കിലോഗ്രാം ഭാരവും മൂന്നു മീറ്റർ പൊക്കവുമുണ്ടാകും. വലിപ്പത്തിൽ ചെറുത് ഏഷ്യയിലെ സൺബെയറുകളാണ്. ഇവയ്ക്ക് ഏതാണ്ട് 60 കിലോഗ്രാമാണ് ഭാരം, പൊക്കം ഒരു മീറ്റർ.

കരടികളുടെ ആഹാരം പുല്ല്, മരത്തിന്റെ വേര്, ചെറുപഴ

ങ്ങൾ, ഷഡ്പദങ്ങൾ, തേൻ, മത്സ്യം തുടങ്ങിയവയാണ്. നല്ല ഓട്ടക്കാരും മരംകയറികളും നീന്തൽക്കാരുമാണ് കരടികൾ. ഗുഹകളിലാണ് വാസം. ചില കരടികൾ മരപ്പൊത്തുകളും വാസസ്ഥലമാക്കാറുണ്ട്.

ഗന്ധമറിയാൻ അപാരശക്തി

കഴിഞ്ഞ ലക്കത്തിൽ നായകളുടെ കാര്യങ്ങൾ പറഞ്ഞപ്പോൾ അവയ്ക്ക് ഗന്ധം തിരിച്ചറിയാൻ മനുഷ്യരേക്കാൾ ആയിരം മടങ്ങ് ശേഷിയുണ്ടെന്ന് പറഞ്ഞത് ഓർമ്മയുണ്ടല്ലോ, അല്ലേ? എന്നാൽ നായ്ക്കളേക്കാൾ മണം പിടിക്കാനുള്ള ശക്തി കരടികൾക്കുണ്ട്. ഇണയെ കണ്ടുപിടിക്കാനും ശത്രുവിന്റെ വരവറിയാനും ഗന്ധത്തിലൂടെയാണ് ഇവയ്ക്ക് കഴിയുന്നത്. ആഹാരം തേടി കണ്ടുപിടിക്കാൻ, പ്രത്യേകിച്ച് തേനെവിടെയുണ്ടെന്ന് മനസ്സിലാക്കാനുള്ള പ്രധാന ഉപാധിയും ഈ കഴിവ് തന്നെ.

കരടിക്കുട്ടികൾ

കരടിക്കുട്ടികൾ പൊതുവെ കുസൃതിക്കാരാണ്. മിക്ക സമയവും കളിയാണ്. തമ്മിൽ വഴക്കടിക്കാൻ ഇവ മുൻപന്തിയിലാണ്. പിൻകാലുകളിൽ നിലയുറപ്പിച്ചിട്ടാണ് തമ്മിലുള്ള മല്പിടുത്തം. പക്ഷേ, വഴക്ക് പരിധി കടന്നാൽ അമ്മക്കരടി ഇടപെട്ട് ഇവയെ പിടിച്ചുമാറ്റും. ജനിച്ചുകഴിഞ്ഞാൽ രണ്ടുവയസ്സാകുന്നതുവരെ കരടിക്കുഞ്ഞുങ്ങൾ അമ്മക്കരടിയോടൊപ്പമായിരിക്കും. അമ്മയുടെ കൂടെയുള്ള ഈ കാലയളവിൽ അമ്മയുടെ പിറകെ നടന്നാണ് ഇരപിടിക്കാനും വേട്ടയാടാനും കുട്ടികൾ പഠിക്കുന്നത്.

ബെയർ വാക്ക്!

കരടികൾക്ക് പിൻകാലിൽ നിവർന്ന് നില്ക്കാൻ കഴിയും. മനുഷ്യരെപ്പോലെ ഇങ്ങനെ നില്ക്കാൻ നല്ല ബാലൻസാണിവയ്ക്ക്. മനുഷ്യരെപ്പോലെ പിൻകാലിലെ പാദങ്ങൾ ശരിക്കും നിലത്ത് അമർത്തിയാണ് കരടികൾ നടക്കുന്നത്. ഇങ്ങനെ നടക്കുന്ന കരടികൾ നമ്മുടെ കൺമുമ്പിലെത്തിയാൽത്തന്നെ ആ ഭീമാകാരരൂപം കണ്ട് നമ്മൾ ഭയന്നുപോകും. അതായത് വലിയ

ശരീരവും ശക്തിയും കാരണമാണ് കരടികൾക്ക് അധികം ശത്രുക്കളില്ലാത്തതും. ധ്രുവക്കരടികൾക്ക് നീന്താൻ പാകത്തിലുള്ള പാദങ്ങളാണ്. വിരലുകൾ താറാവിന്റെ കാൽ പോലെ പരസ്പരം ബന്ധിപ്പിച്ചിരിക്കും. പാണ്ടകൾ കൂടുതൽ സമയവും നാലു കാലിൽത്തന്നെയാണ് നടക്കാറുള്ളത്.

മഞ്ഞുകാലത്തെ ഉറക്കം

കരടികൾ ശൈത്യകാലം തീരുന്നതുവരെ ദീർഘനാൾ ഉറക്കത്തിലായിരിക്കും. മഞ്ഞുകാലം തുടങ്ങുന്നതിനു മുമ്പ് ശരീരത്തിനാവശ്യമുള്ള കൊഴുപ്പടങ്ങിയ ഭക്ഷണം ഇവർ അകത്താക്കിയിരിക്കും. വേണ്ടതിലധികം ആഹാരം വയറ്റിൽ 'സ്റ്റോക്ക്' ചെയ്തതിനുശേഷമാണ് മഞ്ഞുകാല ഉറക്കത്തിലേക്ക് കരടി പ്രവേശിക്കുന്നത്. മഞ്ഞുകാലത്ത് ആഹാരം കിട്ടാനുള്ള ബുദ്ധിമുട്ടാണ് നീണ്ട ഉറക്കത്തിനുവേണ്ടി മഞ്ഞുകാലം തെരഞ്ഞെടുക്കാൻ കാരണം. ഈ നീണ്ട ഉറക്കത്തിനിടയിൽ ഹൃദയമിടിപ്പും ശ്വാസഗതിയും പതുക്കെയാകും. ശരീരതാപം കുറയും. മഞ്ഞുകാലം കഴിഞ്ഞ് വസന്തകാലത്തിന്റെ വരവോടെ ഉണർന്നെഴുന്നേല്ക്കുമ്പോൾ ഇവയ്ക്ക് നല്ല വിശപ്പായിരിക്കും!

മറ്റ് വിശേഷങ്ങൾ

- കരടികൾക്ക് ചെറിയ കണ്ണുകളാണുള്ളത്.
- കൈകളിലും കാലുകളിലും അഞ്ച് വിരലുകൾ വീതമാണുള്ളത്.
- വിരലിലെ നഖങ്ങൾക്ക് നല്ല മൂർച്ചയാണ്. ഇവ ഉപയോഗിച്ചാണ് മണ്ണിൽ കുഴിക്കുന്നതും മരം കുത്തിപ്പൊളിക്കുന്നതും.
- എല്ലാ കരടികളും മഞ്ഞുകാലത്ത് ഉറങ്ങാറില്ല. ചിലവ വളരെ സ്മാർട്ടായി നടക്കാറുണ്ട്.
- ആൺകരടികളുടെ പകുതി വലിപ്പമേ പെൺകരടികൾക്കുണ്ടാവുകയുള്ളൂ.
- കരടികളുടെ ആയുസ്സ് 20 മുതൽ 25 വർഷം വരെയാണ്.

കടലിലും നദിയിലും വസിക്കുന്ന സസ്തനികളാണ് ഡോൾഫിനുകൾ. ഇവയെ വെള്ളത്തിലെ ബുദ്ധിയുള്ള ജീവികളായി വിശേഷിപ്പിക്കാറുണ്ട്. ലോകത്തിൽ 40 ഓളം ഇനം ഡോൾഫിനുകളുണ്ട്. ഓർക്ക എന്നയിനം ഡോൾഫിനുകളാണ് വലിപ്പം കൂടിയവ. ഇവയ്ക്ക് 6.1 മീറ്റർ നീളമുണ്ടാകും. മണിക്കൂറിൽ 5 മുതൽ 12 കിലോമീറ്റർ വരെ വേഗതയിൽ നീന്താൻ ഡോൾഫിനുകൾക്ക് കഴിയും. ഡോൾഫിന് അസാമാന്യ കാഴ്ചശക്തിയും കേൾവിശക്തിയുമുണ്ട്. എന്നാൽ മണം പിടിക്കാനുള്ള കഴിവ് കുറവാണ്. ഡോൾഫിനുകൾ പരസ്പരം ആശയവിനിമയം നടത്തുന്നത് ചൂളമടി പോലയുള്ള ശബ്ദങ്ങൾ പുറപ്പെടുവിച്ചുകൊണ്ടാണ്.

മുങ്ങിയാലും പൊങ്ങും!

വെള്ളത്തിൽ കഴിയുമ്പോൾ ശ്വാസവായുവിനായി ഇവ ഇടയ്ക്കിടയ്ക്ക് മുകളിലേക്ക് വരാറുണ്ട്. തലയുടെ മുകൾഭാഗത്താണ് ശ്വസിക്കാനുള്ള ദ്വാരം. വെള്ളത്തിലേക്ക് മുങ്ങിക്കഴിഞ്ഞാൽ വെള്ളം കയറാതിരിക്കാൻ ഈ ദ്വാരം അടയ്ക്കുകയും ചെയ്യും.

ഒരു മിനിട്ടിൽ മൂന്നുനാലു തവണ മുകളിലെത്തി ശ്വസിക്കുകയാണ് പതിവ്. അത്യാവശ്യസന്ദർഭങ്ങളിൽ 5 മുതൽ 8 മിനിട്ട് നേരം മുങ്ങിക്കിടക്കാനും കഴിയും. ചിലയിനം ഡോൾഫിനുകൾക്ക് 15 മിനിറ്റുനേരവും ചിലവയ്ക്ക് പരമാവധി 30 മിനിറ്റു നേരവും ശ്വാസമടക്കിപ്പിടിക്കാൻ സാധിക്കാറുണ്ട്.

ഇരതേടൽ വിദ്യ

ഡോൾഫിനുകൾ ഇരതേടുന്നത് പ്രതിദ്ധ്വനിവിദ്യ ഉപയോഗിച്ചാണ്. വിസിൽ പോലെയുള്ള ശബ്ദങ്ങൾ ഇവ പുറപ്പെടുവിക്കുന്നു. ഈ ശബ്ദങ്ങൾ ചെറുമത്സ്യങ്ങളിലും മറ്റും തട്ടി തിരിച്ചു വരുന്ന പ്രതിദ്ധ്വനി കേട്ടാണ് ഇര എവിടെയുണ്ടെന്ന് മനസ്സിലാക്കുന്നത്. മാർഗ്ഗതടസ്സമുണ്ടാക്കുന്ന പാറകളുടെയും മറ്റും സ്ഥാനവും ഇങ്ങനെയാണ് ഇവ കണ്ടുപിടിക്കുന്നത്.

പകുതി ഉറക്കം

നന്നായി ഉറങ്ങാൻ ഡോൾഫിനുകൾക്ക് കഴിയാറില്ല. കാരണം ശ്വാസംമുട്ടും. 8 മണിക്കൂർ ഉറക്കം ഇവയ്ക്കാവശ്യമുണ്ട്. ഉറങ്ങുമ്പോൾ തലച്ചോറിന്റെ പകുതി ഉണർന്ന അവസ്ഥയിലായിരിക്കും. ഇടയ്ക്കിടയ്ക്ക് മുകളിലെത്തി ശ്വസിക്കേണ്ടതുണ്ടല്ലോ. അതുകൊണ്ടുതന്നെ ചിലവ വെള്ളത്തിൽ പൊങ്ങിക്കിടന്നാണുറങ്ങാറുള്ളത്. ഉറങ്ങുമ്പോൾ മിക്കവാറും ഒരു കണ്ണേ അടയ്ക്കാറുള്ളൂ. അപകടം മുൻകൂട്ടി അറിയാനും കൂടിയാണിത്.

ഉപ്പുവെള്ളം കുടിക്കില്ല!

കടലിൽ വസിക്കുന്ന ഡോൾഫിന് തനിക്കു ചുറ്റും ഇഷ്ടം പോലെ വെള്ളമുണ്ടെങ്കിലും കുടിക്കാനൊരു തുള്ളി വെള്ളമില്ലാത്ത അവസ്ഥയാണ്. കാരണമെന്തെന്നല്ലേ? കക്ഷിക്ക് ഉപ്പുവെള്ളം ഇഷ്ടമല്ല, അത്രതന്നെ. ചെറുമത്സ്യങ്ങൾ പോലെയുള്ള ആഹാരത്തിൽ നിന്നും കിട്ടുന്ന വെള്ളമാണ് ശരീരാവശ്യങ്ങൾക്ക് ഉപയോഗിക്കുന്നത്. ഈ ജലം ശേഖരിച്ചുവെക്കാൻ ഇവയുടെ

വൃക്കകൾക്ക് കഴിവുണ്ട്. ചുരുക്കിപ്പറഞ്ഞാൽ കടലിൽ ജീവിച്ചാലും മരുഭൂമിയിൽ ജീവിക്കുന്ന അവസ്ഥയാണിവയ്ക്ക്.

ആഹാരം

ചെറിയ ഇനം മീനുകളാണ് ഡോൾഫിനുകളുടെ ആഹാരം. ശരീരഭാരത്തിന്റെ 4 മുതൽ 9 ശതമാനം വരെ ആഹാരം ഒരു ദിവസം ആവശ്യമുണ്ട്. ഏതാണ്ട് 20 കിലോഗ്രാം മീനുകൾ ഒരു ദിവസം ഇവ അകത്താക്കും.

മറ്റ് വിശേഷങ്ങൾ

- ഡോൾഫിന്റെ ശരീരത്തിൽ രോമങ്ങളില്ല. ഇവയുടെ ശരീരത്തിനു ചൂടുപകരുന്നത് തൊലിക്കടിയിലുള്ള കൊഴുപ്പാണ്. തണുപ്പു കൂടുതലുള്ള സ്ഥലങ്ങളിൽ വസിക്കുന്നവയ്ക്ക് കൊഴുപ്പിന്റെ ആവരണം വളരെ കട്ടിയുള്ളതായിരിക്കും.
- കടലിൽനിന്നും 20 അടി മുകളിലേക്ക് ചാടാൻ ഡോൾഫിന് കഴിയും.
- ഡോൾഫിന്റെ പല്ലുകളുടെ എണ്ണമെത്രയാണെന്നോ? 100!
- മനുഷ്യനുമായി വേഗം ഇണങ്ങുന്നവയാണ് ഡോൾഫിനുകൾ. അഭ്യാസപ്രകടനത്തിന് ഇവയെ ഇണക്കിവളർത്താറുണ്ട്.
- പരിസ്ഥിതി മലിനീകരണവും മനുഷ്യൻ നടത്തുന്ന വൻതോതിലുള്ള മീൻപിടിത്തവും ഡോൾഫിനുകളുടെ നിലനില്പിന് ഭീഷണിയാകുന്നുണ്ട്.
- ആയുസ്സ് ഏതാണ്ട് 40–50 വർഷം.

ഒട്ടകത്തിന്റെ കുടുംബത്തിലുള്ള മൃഗങ്ങളാണ് ലാമകൾ. പക്ഷേ, ഒട്ടകത്തിനെപ്പോലെ ലാമകൾക്ക് മുതുകിൽ മുഴയില്ല. ദക്ഷിണ അമേരിക്കയിലെ മലമ്പ്രദേശങ്ങളിലാണ് ഇവ വസിക്കുന്നത്. ഇവയുടെ ശരീരത്തിലെ രോമത്തിന് പല നിറങ്ങളാണ്. വെള്ള, കറുപ്പ്, ബ്രൗൺ, ചുവപ്പ്, ചാരനിറങ്ങളിലാണ് പ്രധാനമായി കാണപ്പെടുന്നത്. ശരീരത്തിന്റെ പൊക്കം 5.5–6 അടി. തൂക്കം 150–200 കിലോഗ്രാം. ഇവ സസ്യഭുക്കുകളാണ്. പുല്ലു മേഞ്ഞു നടക്കാനാണ് ഇവയ്ക്കിഷ്ടം. കൂടാതെ ചെടികളുടെ ഇലകളും ഇവ ഭക്ഷിക്കും.

വളർത്തുമൃഗം

ലാമ ദക്ഷിണഅമേരിക്കയിലെ വളർത്തുമൃഗമാണ്. ഭാരം ചുമക്കാനാണ് ഇവയെ പ്രധാനമായി വളർത്തുന്നത്. 'പെറ്റ്' മൃഗമായും ചിലർ വളർത്താറുണ്ട്. ബുദ്ധിയുള്ള മൃഗങ്ങളാണിവ. അതുകൊണ്ടുതന്നെ പെട്ടെന്ന് അനുസരിപ്പിക്കുകയും ചെയ്യാം. ഒരു കൊച്ചുകുട്ടിക്ക് പോലും ലാമയെ നിയന്ത്രിക്കാൻ കഴിയും.

അപരിചിതരെ കണ്ടാൽ ലാമകൾ അടുത്തുവന്ന് മണത്തു നോക്കുമത്രേ.

മലനിരകളിലൂടെയുള്ള യാത്രയിൽ ഭാരം ചുമക്കാനാണ് ലാമകളെ ഉപയോഗിക്കുന്നത്. ഏതാണ്ട് 30 കിലോഗ്രാം ഭാരവും ചുമന്ന് ഒരു ദിവസം 30 കിലോമീറ്റർ വരെ നടക്കാൻ ഇവയ്ക്കു കഴിയും. ഒട്ടകത്തെപ്പോലെ വെള്ളം അധികം കുടിക്കേണ്ടെങ്കിലും പണിയെടുക്കുന്ന ലാമകൾക്ക് ഇടയ്ക്കിടയ്ക്ക് വെള്ളം കുടിക്കണം.

ആടുകളുടെ രക്ഷകനായും ചിലർ ലാമകളെ വളർത്താറുണ്ട്. പുല്ലുമേയുന്ന ആടുകളുടെ മേൽനോട്ടത്തിനായി ഇവയെ നിയോഗിക്കാറുണ്ട്. ശത്രുക്കളുടെ ആക്രമണത്തിൽനിന്ന് ഇവ ആടുകളെ രക്ഷിക്കാറുണ്ട്. യജമാനന്മാരോട് വളരെ വിശ്വസ്തത കാട്ടുന്ന മൃഗമാണ് ലാമ.

ലാമക്കുഞ്ഞുങ്ങൾ

ജനിച്ച് ഒരു മണിക്കൂറിൽ ലാമക്കുഞ്ഞുങ്ങൾ എണീറ്റ് നടക്കും. ജനിക്കുമ്പോൾ കുഞ്ഞിന് ഭാരം 9–14 കിലോഗ്രാം. 5–6 മാസം ഇവ അമ്മയുടെ മുലപ്പാൽ കുടിച്ചാണ് വളരുന്നത്. നാലു വയസ്സാകുമ്പോഴാണ് പ്രായപൂർത്തിയാകുന്നത്.

മറ്റ് വിശേഷങ്ങൾ

- മലമ്പ്രദേശങ്ങളിൽ നടക്കാൻ യോജിച്ച രീതിയിലുള്ള മെത്ത പോലെയുള്ള കാല്പാദങ്ങളാണ് ലാമകൾക്ക്.
- കാലുകളിൽ രണ്ട് വിരലുകൾ വീതമുണ്ട്.
- ലാമകൾ കടിക്കാറില്ല. പക്ഷേ, ഒട്ടകത്തെപ്പോലെ തുപ്പൽ വീരന്മാരാണ്. എന്നാൽ ദേഷ്യം വന്നാൽ മാത്രമേ തുപ്പാറുള്ളൂ. അങ്ങനെ പെട്ടെന്ന് ദേഷ്യം വരികയുമില്ല. കയറ്റി വെച്ച ചുമടിന്റെ ഭാരം കൂടിപ്പോയാലാണ് പ്രശ്നമാകുന്നത്. പിന്നെ കക്ഷി അനങ്ങുകയില്ല. ചിലപ്പോൾ തുപ്പും. ചിലപ്പോൾ തൊഴിക്കുകയും ചെയ്യും. ഭാരം കുറച്ചാലേ ഇവ ശാന്തരാകാറുള്ളൂ.

- പശുക്കളെപ്പോലെ അയവിറക്കുന്ന (വിശ്രമസമയത്ത് ആഹാരം വായിൽ വരുത്തി വീണ്ടും ചവയ്ക്കുന്ന ശീലം) സ്വഭാവം ലാമയ്ക്കുണ്ട്. വയറിൽ 3 അറകളുണ്ട്.
- ലാമകളുടെ രോമമുപയോഗിച്ച് കമ്പിളിപ്പുതപ്പും കമ്പിളിക്കുപ്പായവും തൊപ്പിയും നിർമ്മിക്കാറുണ്ട്.
- ആയുസ്സ് 20–30 വർഷമാണ്.

പറക്കാൻ കഴിയുന്ന ഏക സസ്തനിയാണ് വവ്വാൽ. ധ്രുവ പ്രദേശത്തും കൊടുംചൂടുള്ള മരുഭൂമികളിലും ഒഴികെ ലോകത്തിലെല്ലായിടത്തും വവ്വാലുകളുണ്ട്. മൊത്തം ആയിരത്തോളം ഇനം വവ്വാലുകളുണ്ട്. ഏറ്റവും വലിപ്പം കൂടിയ വവ്വാലിന് 343 മില്ലീമീറ്റർ നീളവും ഒരു കിലോഗ്രാം ഭാരവുമുണ്ടാകും. ഏറ്റവും ചെറിയ വവ്വാലിന് 30 മില്ലീമീറ്റർ നീളവും 2 ഗ്രാം ഭാരവുമാണുണ്ടാവുക.

ചിറകുകൾ

വവ്വാലിന്റെ മുൻകാലുകളാണ് ചിറകുകളായി രൂപാന്തരപ്പെട്ടിരിക്കുന്നത്. തുകൽപോലെയുള്ള വസ്തുക്കൾ കൊണ്ടാണ് ചിറകുകൾ നിർമ്മിച്ചിരിക്കുന്നത്. മറ്റ് പക്ഷികൾ ചിറകിട്ടടിക്കുന്നതുപോലെ വവ്വാൽ പറക്കുമ്പോൾ ചിറകുകൾ പൂർണ്ണമായി മുകളിലേക്കും താഴേക്കും ചലിപ്പിക്കാറില്ല. അതിന്റെ അഗ്രഭാഗം മാത്രമാണ് ചലിപ്പിക്കുന്നത്. ചിറകിൽ രോമങ്ങളില്ല. നമ്മുടെ കൈപോലെയാണ് വവ്വാലിന്റെ ചിറകുകൾ. വവ്വാലുകൾ ഷഡ്പദങ്ങളെ പിടികൂടുന്നത് ചിറകുപയോഗിച്ചാണ്.

ഇരതേടൽ

രാത്രിസമയത്താണ് വവ്വാൽ ഇരതേടിയിറങ്ങുന്നത്. ഇരുട്ടിൽ ഇവയ്ക്ക് നല്ല കാഴ്ചശക്തിയില്ല. അതുകൊണ്ടുതന്നെ ഇവയ്ക്ക് ഇരയെ വ്യക്തമായി കാണാനും കഴിയില്ല. ഇര എവിടെയുണ്ടെന്ന് കണ്ടുപിടിക്കാൻ ഇവർ ഒരു സൂത്രം പ്രയോഗിക്കും. എന്താണെന്നോ? പറക്കുന്നതിനിടയിൽ വവ്വാലുകൾ ഉയർന്ന ആവൃത്തിയുള്ള ശബ്ദം പുറപ്പെടുവിക്കുന്നു. ഈ ശബ്ദത്തിന്റെ പ്രതിദ്ധ്വനി ഉടനെ തിരിച്ചുവന്നാൽ അടുത്തെവിടെയോ തിന്നാനുള്ള വസ്തുക്കളുണ്ടെന്ന് വവ്വാൽ മനസ്സിലാക്കും. ശബ്ദം തിരിച്ചുവന്നില്ലെങ്കിൽ അതായത് പ്രതിദ്ധ്വനി ഉണ്ടായില്ലെങ്കിൽ ഒരു വസ്തുവും അവിടെയില്ലെന്ന് വവ്വാലിനറിയാം. പ്രതിധ്വനി ഉണ്ടാകുമ്പോൾ ആ ശബ്ദത്തിൽ നിന്നും ഇരയുടെ വലിപ്പം, എത്ര ദൂരത്താണ് ഇരയുള്ളത്, എത്ര വേഗതയിലാണ് താൻ പറക്കുന്നത് ഇക്കാര്യങ്ങളെല്ലാം തിരിച്ചറിയാൻ വവ്വാലിന് കഴിവുണ്ട്. ഇര തേടി ചിലപ്പോൾ 800 കിലോമീറ്റർ വരെ ഇവ പറക്കാറുണ്ട്.

ആഹാരം

വവ്വാലുകളിൽ എഴുപതു ശതമാനവും ഷഡ്പദങ്ങളെയും പ്രാണികളെയും തിന്നുന്നവരാണ്. ഒരു മണിക്കൂറിൽ ഒരു വവ്വാലിന് ആയിരം ഷഡ്പദങ്ങളെ തിന്നാൻ കഴിയും. ചിലവ ചെറുപഴങ്ങൾ ഭക്ഷിക്കുന്നു. ചുരുക്കം ചിലവയുടെ ആഹാരം മത്സ്യമാണ്. കന്നുകാലികളുടെ രക്തം കുടിക്കുന്ന ചില വവ്വാലുകളുമുണ്ട്. കന്നുകാലികളെ കടിച്ചശേഷം ആ മുറിവിൽ നിന്നും ഒഴുകുന്ന രക്തമാണ് കുടിക്കുന്നത്. വവ്വാലുകൾ കഴിക്കുന്ന ആഹാരം 20 മിനിറ്റിൽ ദഹിക്കും.

വവ്വാലിന്റെ ഗുണങ്ങൾ

പല പുഷ്പങ്ങളിലും പരാഗണം നടത്തുന്നത് വവ്വാലുകളാണ്. ചെടികളുടെ വംശവർദ്ധനവിന് ഇവ സഹായിക്കുന്നു.

കൃഷിയെ നശിപ്പിക്കുന്ന ചില കീടങ്ങളെ ഇവ തിന്നൊടുക്കുന്നതു കാരണം ചിലപ്പോൾ കൃഷിക്കാർക്ക് കീടനാശിനി തളിക്കേണ്ടി വരാറുമില്ല.

മറ്റ് വിശേഷങ്ങൾ

- പകൽ സമയത്ത് വവ്വാലിന് കാഴ്ചശക്തിയുണ്ട്.
- വവ്വാലുകൾക്ക് വലിയ ചെവികളാണ്. അതുകൊണ്ടുതന്നെ നല്ല കേൾവിശക്തിയുമുണ്ട്.
- നാലുമാസം പ്രായമായിക്കഴിഞ്ഞാലേ വവ്വാൽക്കുഞ്ഞുങ്ങൾ പറക്കാൻ പഠിക്കാറുള്ളൂ.
- വവ്വാലുകൾക്കും ശരീരത്തിൽ മറ്റ് പക്ഷികളെപ്പോലെ തൂവലുകളുണ്ട്.
- വവ്വാലുകൾ പല്ലുകളുപയോഗിച്ചാണ് ആഹാരം ചവച്ചരയ്ക്കുന്നത്. വളരെ മൂർച്ചയുള്ള പല്ലുകളാണിവയ്ക്ക്.
- പലയിനം വവ്വാലുകൾ നിറത്തിൽ വ്യത്യാസപ്പെട്ടിരിക്കുന്നു. ബ്രൗൺ, ചാരം, വെള്ള, ചുവപ്പുകലർന്ന ബ്രൗൺ എന്നീ നിറങ്ങളിൽ ഇവ കാണപ്പെടുന്നു.
- കൂടുതൽ വവ്വാലുകളും ഒന്നിച്ചാണ് പാർക്കുന്നത്. ചിലവ ഒറ്റയ്ക്കും കഴിയുന്നു. ഇരുണ്ട സ്ഥലങ്ങളിൽ കഴിയാനാണ് ഇവയ്ക്കിഷ്ടം. കാട്ടിലെ ഗുഹകൾ, മരപ്പൊത്തുകൾ, കെട്ടിടങ്ങളിലെ ഇരുണ്ട മുറികൾ തുടങ്ങിയവയെല്ലാം ഇവയ്ക്കിഷ്ടമാണ്.
- വവ്വാലുകളുടെ തല മാത്രം കണ്ടാൽ നായ്ക്കുട്ടിയാണോ കരടിക്കുട്ടിയാണോ കുറുക്കനാണോ എന്നൊക്കെ തോന്നിപ്പോകും.
- തലകീഴായി കിടന്നാണ് ഉറക്കം. കാലുകൾ മരക്കൊമ്പിലോ ഉറപ്പുള്ള മറ്റേതെങ്കിലും വസ്തുവിലോ ഇറുക്കിപ്പിടിച്ചിരിക്കും. തണുപ്പുകാലത്ത് ചേർന്നുകിടന്നാണ് ഇവ ഉറങ്ങുന്നത്. ഇവ തണുപ്പിൽ നിന്നും രക്ഷനേടാൻ പുതപ്പുപോലെ സ്വന്തം ചിറക് ദേഹത്ത് ചുറ്റാറുണ്ട്.
- മഴയത്ത് ഇവ അധികം പറക്കാറില്ല. കാരണം ഇവ പുറപ്പെടുവിക്കുന്ന ശബ്ദങ്ങളുടെ പ്രതിദ്ധ്വനികളെ മഴയുടെ ശബ്ദം ബാധിക്കും.
- ആയുസ്സ് 4 വർഷം മുതൽ 30 വർഷം വരെ.

പക്ഷിക്കുഞ്ഞൻ

ചിറകടിക്കുമ്പോഴുണ്ടാകുന്ന മൂളൽ ശബ്ദത്തിൽ നിന്നാണ് ഹമ്മിങ് ബേർഡ് അഥവാ മൂളക്കംപക്ഷി എന്ന പേരുകിട്ടിയത്. 5 സെന്റീമീറ്റർ മാത്രം നീളമുള്ള ബീഹമ്മിങ് ബേർഡാണ് പറക്കുന്ന പക്ഷികളിൽ ഏറ്റവും ചെറിയ പക്ഷി. അമേരിക്ക, കാനഡ എന്നിവിടങ്ങളിലാണ് ഇവ കാണപ്പെടുന്നത്. ഏകദേശം 16 ഓളം തരം ഹമ്മിങ് ബേർഡുകളുണ്ട്. ആയുസ്സ് 5–6 വർഷമാണ്.

ശരീരഘടന

ഹമ്മിങ് ബേർഡിനെ തിരിച്ചറിയാനുള്ള പ്രധാന ലക്ഷണമാണ് അതിന്റെ കുറഞ്ഞ വലിപ്പം. ചിറകുകൾ ശരീരത്തോട് വളരെ ചേർന്നുനില്ക്കുന്നതുകൊണ്ടാണ് വായുവിൽ കായികാഭ്യാസം കാട്ടാൻ ഇവയ്ക്ക് കഴിയുന്നത്. വായുവിൽ ഒരേസ്ഥലത്ത് ചിറകടിച്ചുനിന്നുകൊണ്ട് പൂവുകളിൽനിന്നും തേൻ നുകരാൻ മൂളക്കം പക്ഷികൾക്കു സാധിക്കും.

ഹമ്മിങ് ബേർഡുകൾക്ക് മുമ്പോട്ടു പറക്കുന്നതുപോലെ തന്നെ പിറകോട്ടു പറക്കാനും സാധിക്കും. ഇടത്തോട്ടും വല

ഇവയ്ക്ക് വേഗം തിരിച്ചറിയാൻ സാധിക്കുക. കൈവീശുന്ന യജമാനനെ 900 മീറ്റർ അകലെ നിന്നുതന്നെ നായ തിരിച്ചറിയും. അല്ലെങ്കിൽ 500 മീറ്റർ അകലെ നിന്നു മാത്രമേ തിരിച്ചറിയുകയുള്ളു. പലയിനം നായ്ക്കളുടെ കണ്ണുകൾക്ക് പല ആകൃതിയാണ്. റെറ്റിനയുടെ സ്ഥാനവും ഓരോ ഇനം നായ്ക്കളിലും വ്യത്യാസപ്പെട്ടിരിക്കും.

കേൾവിശക്തി

കേൾവിശക്തിയുടെ കാര്യത്തിൽ നായ മുൻപന്തിയിൽ തന്നെയാണ്. വളരെ ദൂരെ നിന്നുള്ള ശബ്ദങ്ങൾ കേൾക്കാൻ ഇവയ്ക്ക് കഴിയും. ഇതിനായി ചെവി ചലിപ്പിക്കാനുള്ള സൂത്രവും നായയ്ക്ക് അറിയാം. ഏതു ദിശയിൽ നിന്നാണ് ശബ്ദം കേൾക്കുന്നതെന്ന് കണ്ടുപിടിക്കാൻ വിരുതുള്ളവയാണിവ. ചെവിയിലുള്ള 18-ഓളം പേശികളുടെ സഹായത്താൽ ഇവയ്ക്ക് ചെവി തിരിക്കാനും ഉയർത്താനും കറക്കാനും കഴിയും. മനുഷ്യന് കേൾക്കാൻ പറ്റുന്ന ദൂരത്തേക്കാൾ നാലിരട്ടി ദൂരത്തു നിന്നുള്ള ശബ്ദം വ്യക്തമായി കേൾക്കാൻ ഇവയ്ക്ക് കഴിയും. ഇതിനു കാരണം തലച്ചോറിലെ സംവേദനക്ഷമതയുള്ള (സെൻസിറ്റീവ്) കോശങ്ങളാണ്.

മണം പിടിക്കാനുള്ള കഴിവ്

ഗന്ധം തിരിച്ചറിയാൻ മനുഷ്യനേക്കാൾ ആയിരം മടങ്ങ് ശേഷി നായ്ക്കുണ്ട്. മനുഷ്യന്റെ തലച്ചോറിൽ ഗന്ധം തിരിച്ചറിയാൻ 5 മില്യൻ കോശങ്ങളാണുള്ളതെങ്കിൽ നായ്ക്കൾക്ക് 220 മില്യൻ കോശങ്ങളുണ്ട്. അപ്പോൾപ്പിന്നെ മണം പിടിക്കാൻ അസാമാന്യകഴിവുണ്ടാകുമല്ലോ ഇല്ലേ?

വേഗം പഠിക്കും

വളർത്തുനായ്ക്കൾ യജമാനന്മാർ പഠിപ്പിക്കുന്ന ഓരോ പെരുമാറ്റരീതിയും നിരീക്ഷിച്ച് മനസ്സിലാക്കി എളുപ്പം പഠിക്കും. ഓരോ വസ്തുക്കളേയും തിരിച്ചറിയാൻ പരിശീലനത്തിലൂടെ കഴിയും.

ത്തോട്ടും മുകളിലോട്ടും താഴേയ്ക്കുമെല്ലാം നിഷ്പ്രയാസം പറക്കാൻ ഇവയ്ക്കു കഴിയും. പെട്ടെന്ന് ദിശ മാറ്റി പറക്കാനും സമർത്ഥരാണിവ. മണിക്കൂറിൽ 50 കിലോമീറ്റർ വേഗതയിൽ പറക്കുന്ന ഹമ്മിങ് ബേർഡുകൾ ഒരു സെക്കന്റിൽ 40 മുതൽ 200 പ്രാവശ്യം വരെ ചിറകിട്ടടിക്കും. ചെറിയ നീളം കുറഞ്ഞ കാലുകൾ അത്ര ബലമില്ലാത്തവയാണ്. അതുകൊണ്ട് മണ്ണിൽ അധികം നടക്കാറില്ല.

മധുരപ്രിയർ

പൂന്തേനാണ് ഹമ്മിങ് ബേർഡുകളുടെ ഇഷ്ടാഹാരം. എന്നാൽ മധുരം കുറവുള്ള പൂവുകൾ നുകരാറുമില്ല. ഹമ്മിങ് ബേർഡുകളിൽതന്നെ നീണ്ട കൊക്കുള്ളവയും നീളം കുറഞ്ഞ ചെറിയ കൊക്കുള്ളവയും വളഞ്ഞ കൊക്കുള്ളവയുമുണ്ട്. കൊക്കിന്റെ ആകൃതിയനുസരിച്ചാണ് ഇവ പൂവുകൾ തിരഞ്ഞെടുക്കുന്നതെന്നു മാത്രം. ഇഷ്ടപ്പെട്ട തേൻ കുടിക്കാൻ മറ്റു പക്ഷികളുമായി വഴക്കു കൂടാനും ഇവ മടിക്കാറില്ല.

മറ്റ് വിശേഷങ്ങൾ

- ഹമ്മിങ്ബേർഡുകൾക്ക് മണം പിടിക്കാനുള്ള ശക്തിയില്ല.
- ചിറക് വട്ടത്തിൽ കറക്കാൻ ഇവയ്ക്ക് കഴിയും.
- ഏറ്റവും ചെറിയ പക്ഷിയാണെങ്കിലും ഏറ്റവും വലിയ തലച്ചോറ് ഈ പക്ഷിക്കാണ്. ഓരോ പക്ഷിയുടെയും ശരീരഭാരത്തിന്റെ അനുപാതത്തിലാണ് ഈ വലിപ്പം പറയുന്നത്.
- സ്വന്തം ശരീരഭാരത്തിന്റെ പകുതിഭാരം ആഹാരം ഇവയ്ക്ക് ഒരു ദിവസം ആവശ്യമുണ്ട്.
- ആയുസ്സ് 5–6 വർഷം.

ലോകത്ത് ആകെ അഞ്ചിനം കാണ്ടാമൃഗങ്ങളാണുള്ളത്. ഇവയിൽ രണ്ടിനങ്ങൾ ആഫ്രിക്കയിലും മൂന്നിനങ്ങൾ ഏഷ്യയിലുമാണുള്ളത്. ആഫ്രിക്കയിൽ കാണപ്പെടുന്നത് വെള്ള കാണ്ടാമൃഗവും കറുത്ത കാണ്ടാമൃഗവുമാണ്. ഏഷ്യയിൽ കാണപ്പെടുന്നത് ഇന്ത്യൻ കാണ്ടാമൃഗവും ജാവൻ കാണ്ടാമൃഗവും സുമാത്രൻ കാണ്ടാമൃഗവുമാണ്. കാണ്ടാമൃഗങ്ങൾ സസ്യാഹാരികളാണ്. മഞ്ഞകലർന്ന ബ്രൗൺ, ചാരം എന്നിവയാണ് ഇവയുടെ ശരീരത്തിന്റെ നിറം.

വെള്ള കാണ്ടാമൃഗവും കറുത്ത കാണ്ടാമൃഗവും

വെള്ള കാണ്ടാമൃഗത്തിന് വെള്ള നിറവുമല്ല, കറുത്ത കാണ്ടാമൃഗത്തിന് കറുത്ത നിറവുമല്ല. രണ്ടിനും ചാരം കലർന്ന ബ്രൗൺ നിറമാണ്. ഇവ തമ്മിൽ വ്യത്യാസപ്പെട്ടിരിക്കുന്നത് ചുണ്ടുകളുടെ ആകൃതിയിലാണ്. വെള്ള ഇനത്തിന് പുല്ലു തിന്നാൻ തക്കവണ്ണം പരന്ന ചുണ്ടുകളും കറുത്ത ഇനത്തിന് ഇലകൾ ഭക്ഷിക്കാൻ പാകത്തിലുള്ള കൂർത്ത ചുണ്ടുകളുമാണുള്ളത്. വെള്ള കാണ്ടാമൃഗത്തിന് ഈ പേരു കിട്ടിയതിനു പിന്നിലൊരു കഥയുണ്ട്.

ആഫ്രിക്കൻഭാഷയിൽ 'വൈഡ്' എന്നുവെച്ചാൽ പരന്നത് എന്നാണർത്ഥം. പരന്ന ചുണ്ടുള്ള കാണ്ടാമൃഗത്തെ വൈഡ് എന്നു വിളിച്ചുവിളിച്ച് അത് വൈറ്റ് ആയി. അങ്ങനെയാണ് വൈറ്റ് (വെള്ള) കാണ്ടാമൃഗമെന്ന് പേരുകിട്ടിയത്.

വെള്ള കാണ്ടാമൃഗത്തിനാണ് അഞ്ചിനങ്ങളിലുംവെച്ച് വലിപ്പക്കൂടുതൽ. കരയിലെ വലിപ്പം കൂടിയ മൃഗങ്ങളിൽ ഒന്നാംസ്ഥാനം ആനയ്ക്കാണെങ്കിൽ രണ്ടാംസ്ഥാനം ഇതിനാണ്. വെള്ള ഇനത്തിന് വലിയ തലയും ചെറിയ കഴുത്തും വീതിയുള്ള തോളുമാണുള്ളത്. ഇവയുടെ ഭാരം ഏതാണ്ട് 3500 കിലോഗ്രാം ആണ്. കൊമ്പിന്റെ നീളം 90 മുതൽ 150 സെന്റീമീറ്റർ വരെയാണ്. ശരീരത്തിന്റെ നീളം 11 മുതൽ 15 അടി വരെ.

കറുത്ത കാണ്ടാമൃഗത്തിന് 11 മുതൽ 13 അടി വരെ നീളവും ഏകദേശം 1600 കിലോഗ്രാം ഭാരവുമുണ്ടായിരിക്കും. കൊമ്പിന്റെ നീളം 50 മുതൽ 140 സെന്റീമീറ്റർ വരെ.

ഏഷ്യയിലെ കാണ്ടാമൃഗങ്ങൾ

ഇന്ത്യൻ കാണ്ടാമൃഗത്തിന് തൂക്കം ഏതാണ്ട് 3200 കിലോഗ്രാം. കൊമ്പിന്റെ നീളം 20 മുതൽ 100 സെന്റീമീറ്റർ വരെ. ജവാൻ കാണ്ടാമൃഗത്തിന് നീളം 10 അടിയാണ്. ഭാരം ഏകദേശം 1400 കിലോഗ്രാം. കൊമ്പ് 25 സെന്റീമീറ്റർ വരെ വളരും. സുമാത്രൻ കാണ്ടാമൃഗത്തിന് ഏതാണ്ട് 700 കിലോഗ്രാമാണ് ഭാരം. കൊമ്പിന്റെ നീളം 25 മുതൽ 75 സെന്റീമീറ്റർ വരെ.

കൊമ്പുകൾ

കാണ്ടാമൃഗത്തിന്റെ കൊമ്പുകൾ ജീവിതകാലം മുഴുവൻ വളർന്നുകൊണ്ടേയിരിക്കും. കൊമ്പുകൾ ഓരോ വർഷവും മൂന്നിഞ്ച് വീതം വളരും. രണ്ടു കൊമ്പുള്ളവയ്ക്ക് അവയുടെ നീളം വ്യത്യാസപ്പെട്ടിരിക്കും. ഇന്ത്യൻ കാണ്ടാമൃഗത്തിനും ജവാൻ കാണ്ടാമൃഗത്തിനും ഒറ്റക്കൊമ്പേയുള്ളൂ.

തൊലിക്കട്ടി

കാണ്ടാമൃഗത്തിന്റെ തൊലിക്ക് ഒന്നര മുതൽ അഞ്ച് സെന്റീമീറ്റർ വരെ കനമുണ്ടായിരിക്കും. നല്ല തൊലിക്കട്ടി ഉണ്ടെങ്കിലും സൂര്യതാപവും ഷഡ്പദങ്ങളുടെ കടിയേല്ക്കാതിരിക്കാനും ഇവ ചെളിവെള്ളത്തിൽ മുങ്ങിക്കിടക്കുകയും കിടന്നുരുളുകയും പതിവാണ്.

ബാക്കിയുള്ള മൂന്നിനങ്ങൾക്കും രണ്ടു കൊമ്പുകൾ വീതമുണ്ട്. നമ്മുടെ തലമുടിയും നഖങ്ങളും നിർമ്മിച്ചിരിക്കുന്ന കെരാറ്റിൻ എന്ന പദാർത്ഥം കൊണ്ടുതന്നെയാണ് കാണ്ടാമൃഗത്തിന്റെ കൊമ്പും നിർമ്മിച്ചിരിക്കുന്നത്.

മറ്റ് വിശേഷങ്ങൾ

- സുമാത്രൻ കാണ്ടാമൃഗത്തിന് ശരീരത്തിൽ കൂടുതൽ രോമങ്ങളുണ്ടായിരിക്കും.
- കാണ്ടാമൃഗം കിടന്നുകൊണ്ടും നിന്നുകൊണ്ടും ഉറങ്ങും.
- വലിപ്പമുള്ള ഈ വീരന്മാർ ഓട്ടത്തിലും പിന്നിലല്ല, കേട്ടോ. മണിക്കൂറിൽ 30-40 മൈൽ വേഗത ഇവയ്ക്കുണ്ട്.
- ഇവയ്ക്ക് കാഴ്ചശക്തി അല്പം കുറവാണെന്നേയുള്ളൂ, അസാധാരണ കേൾവിശക്തിയും ഘ്രാണശക്തിയുമുണ്ട്.
- മൂക്ക് എന്നർത്ഥമുള്ള റിനോ, കൊമ്പ് എന്നർത്ഥമുള്ള സെറോസ് എന്നീ ഗ്രീക്ക് വാക്കുകളിൽ നിന്നാണ് റിനോസെറസ് അഥവാ കാണ്ടാമൃഗം എന്ന പേരുണ്ടായത്.
- ദിവസത്തിൽ രണ്ടുപ്രാവശ്യം വെള്ളം കുടിക്കുന്ന ശീലം ഇവയ്ക്കുണ്ടെങ്കിലും നാലഞ്ചുദിവസം വെള്ളം കുടിക്കാതെ ജീവിക്കാനും കഴിയും.
- ഓരോ പാദത്തിലും മൂന്ന് വിരലുകൾ വീതമുണ്ട്.
- ആയുസ്സ് 35 മുതൽ 50 വർഷം വരെ.

ആഫ്രിക്കയിലും ഏഷ്യയിലുമാണ് കഴുതപ്പുലികൾ വസിക്കുന്നത്. ശരീരത്തിന് ഏകദേശം അമ്പതിഞ്ച് നീളവും 35 ഇഞ്ച് പൊക്കവുമുണ്ടായിരിക്കും. തൂക്കം ഏതാണ്ട് 80 കിലോഗ്രാം. മൂന്ന് തരത്തിലുള്ള കഴുതപ്പുലികളുണ്ട്. ബ്രൗൺ നിറത്തിലുള്ളവയും ശരീരത്തിൽ വരകളുള്ളവയും ശരീരത്തിൽ പുള്ളികളുള്ളവയും. പുള്ളികളുള്ള ഇനമാണ് എണ്ണത്തിൽ കൂടുതലുള്ളത്. ഇവയ്ക്കു തന്നെയാണ് വലിപ്പക്കൂടുതലും. ഏകദേശം 70–80 അംഗങ്ങൾ അടങ്ങിയ കൂട്ടമായിട്ടാണ് കഴുതപ്പുലികൾ ജീവിക്കുന്നത്. കാഴ്ചയിൽ ഇവ നായ്ക്കളെപ്പോലെ തോന്നിക്കും.

ഇരതേടൽ

രാത്രിയാണ് കഴുതപ്പുലികൾ ഇരതേടിയിറങ്ങുന്നത്. കൂട്ടത്തോടെയാണ് ഇരയെ ആക്രമിക്കുന്നത്. വട്ടത്തിൽ വളഞ്ഞ് അവ ഇരയെ കീഴടക്കും. ഇരയെപ്പിടിച്ചുകഴിഞ്ഞാൽ തീറ്റയുടെ കാര്യത്തിൽ 'ലേഡീസ് ഫസ്റ്റ്' എന്ന നയമാണ് ഇവയ്ക്ക്. പെൺപുലി

കൾ വയറുനിറയെ കഴിച്ചതിനുശേഷമാണ് ആൺപുലികൾ തീറ്റ തുടങ്ങുക. കൂർത്ത പല്ലുകളും ബലമേറിയ താടിയെല്ലുകളുമുള്ള കഴുതപ്പുലിക്ക് മറ്റ് മൃഗങ്ങളുടെ എല്ലുകൾ വരെ കടിച്ചുതിന്നാൻ കഴിയും. ഇരയുടെ രോമവും നഖവും കൊമ്പുമടക്കം എല്ലാ ഭാഗങ്ങളും ഇവ അകത്താക്കും. ഇരകൾ കുറവുള്ള സ്ഥലത്ത് ജീവിക്കുന്നവ മറ്റ് മൃഗങ്ങൾ ബാക്കിവെച്ച ആഹാരം കഴിക്കാറുണ്ട്. ഇഷ്ടഭക്ഷണം സീബ്രയും കാട്ടുപോത്തും മാനുകളും ഒക്കെയാണ്.

ചിരിയും കരച്ചിലും

ഞരങ്ങുക, മുരളുക, ചിരിക്കുക, അടക്കിപ്പിടിച്ച് ചിരിക്കുക, അമറുക, ഓരിയിടുക, കരയുക തുടങ്ങി പലതരം ശബ്ദങ്ങൾ പുറപ്പെടുവിക്കാൻ കഴുതപ്പുലിക്ക് കഴിയും. ഇരയെ കണ്ടാൽ അത് കൂട്ടുകാരെ അറിയിക്കാനാണത്രേ ചിരിക്കുന്നത്. ഈ ശബ്ദം മൈലുകളോളം ദൂരെ കേൾക്കാനും കഴിയും.

മറ്റ് വിശേഷങ്ങൾ

- രാത്രിയാണ് ഇര തേടിയിറങ്ങുന്നതെന്ന് പറഞ്ഞല്ലോ. പകൽ ഇവ മാളങ്ങളിൽ കിടന്നുറങ്ങും.
- ഓട്ടം മണിക്കൂറിൽ 40 മൈൽ വേഗതയിലാണ്.
- കഴുതപ്പുലിയുടെ മുൻകാലുകൾക്ക് പിൻകാലുകളേക്കാൾ നീളം കൂടുതലാണ്.
- ജനിക്കുമ്പോൾ കഴുതപ്പുലിക്കുഞ്ഞുങ്ങളുടെ കണ്ണുകൾ തുറന്നിരിക്കും. ഇവയ്ക്ക് കുറച്ച് പല്ലുകളുമുണ്ടായിരിക്കും.
- സിംഹങ്ങളും കാട്ടുനായ്ക്കളുമാണ് കഴുതപ്പുലിയുടെ ശത്രുക്കൾ.
- ഒരു നേരം ഇവയ്ക്ക് ശരീരഭാരത്തിന്റെ മൂന്നിലൊന്ന് ആഹാരം വേണം.
- കഴുതപ്പുലിക്ക് വെള്ളം കുടിക്കാതെ ദിവസങ്ങളോളം കഴിയാൻ സാധിക്കും.
- ഓരോ കാലിലും നാല് വിരലുകൾ വീതമാണുള്ളത്.
- മണിക്കൂറിൽ 50 കിലോമീറ്റർ നീന്താൻ ഇവയ്ക്ക് കഴിയും.
- ആയുസ്സ് 20 മുതൽ 25 വർഷം വരെയാണ്.

കരയിൽ ജീവിക്കുന്ന സസ്തനികളിൽ ഏറ്റവും വേഗതയേറിയ മൃഗമാണ് ചീറ്റപ്പുലി. മാർജ്ജാരവർഗ്ഗത്തിലെ വലിപ്പം കുറഞ്ഞ മൃഗമാണിത്. തൂക്കം 45–60 കിലോഗ്രാം. ശരീരത്തിന് 1–1.5 മീറ്റർ നീളമുണ്ടാകും. വാലിന് ഏതാണ്ട് 80 സെന്റിമീറ്റർ നീളമുണ്ട്. ആഫ്രിക്ക, ഏഷ്യ എന്നിവിടങ്ങളിലാണ് പുലികൾ വസിക്കുന്നത്.

മണിക്കൂറിൽ ഏകദേശം 96 കിലോമീറ്റർ വേഗതയിലോടാൻ ചീറ്റപ്പുലികൾക്ക് കഴിയും. ഓടിത്തുടങ്ങി മൂന്നു സെക്കന്റിനുള്ളിൽ ഈ വേഗത കൈവരിക്കാൻ ഇവയ്ക്ക് സാധിക്കും. എന്നാൽ വേഗത്തിലോടുന്ന ഇവ വേഗത്തിൽ ക്ഷീണിക്കുകയും ചെയ്യും. കൂടുതൽ സമയം ഒറ്റയടിക്ക് വേഗത്തിലോടാൻ കഴിയുകയുമില്ല. കാരണം ഇവയുടെ ശരീരം വേഗത്തിൽ ചൂടുപിടിക്കാറുണ്ട്.

ഇരതേടൽ

പകൽസമയത്താണ് ചീറ്റപ്പുലികൾ വേട്ടയാടുന്നത്. വേട്ടയാടുമ്പോൾ തന്റെ ഇരയെ പിടിക്കാൻ തന്നേക്കാളും വലിപ്പമുള്ള ഏതെങ്കിലും മൃഗം അടുത്തുവന്നാൽ ഒരു വഴക്ക് ഒഴിവാക്കാൻ പുലി ഇരയെ വിട്ടുകൊടുക്കാറാണ് പതിവ്. ഇരയുടെ വളരെ

അടുത്തെത്തിയിട്ടാണ് പുലി ഇരയുടെ മേൽ ചാടിവീഴുന്നത്. ആക്രമിച്ച് കഴുത്തിൽ കടിച്ച് ശ്വാസം മുട്ടിച്ചാണ് ഇരയെ കൊല്ലുന്നത്. ആക്രമിച്ചു കീഴ്പ്പെടുത്തിയിട്ട് ഇരയെ വലിച്ചിഴച്ച് തണലത്ത് കൊണ്ടിട്ട ശേഷമാണ് തിന്നാൻ തുടങ്ങുക. ഇരയെ പിടിച്ചു കഴിഞ്ഞാൽ പെട്ടെന്ന് കഴിച്ചുതീർക്കുന്നതാണ് ഇവയുടെ പതിവ്.

കാഴ്ചശക്തി

ചീറ്റപ്പുലികൾക്ക് പകൽസമയത്ത് അസാമാന്യ കാഴ്ചശക്തിയാണുള്ളത്. ഏകദേശം അഞ്ചു കിലോമീറ്റർ അകലെയുള്ള ഇരയെവരെ കാണാൻ ഇവയ്ക്ക് കഴിയും. രാത്രി കാഴ്ചശക്തി വളരെ കുറവാണ്.

ശരീരം

വേഗത്തിൽ ഓടാൻ തക്കവണ്ണം രൂപംകൊണ്ട ശരീരമാണ് പുള്ളിപ്പുലിയുടേത്. നീണ്ടുമെലിഞ്ഞ ശരീരത്തിലെ കാലുകൾ ബലിഷ്ഠങ്ങളാണ്. നീണ്ട കഴുത്തും ചെറിയ തലയും യഥേഷ്ടം വളയ്ക്കാൻ കഴിയുന്ന നട്ടെല്ലും ശരീരം ബാലൻസ് ചെയ്യാൻ സഹായിക്കുന്ന നീണ്ട വാലുമാണ് മറ്റ് പ്രത്യേകതകൾ.

കണ്ണീർവരകൾ

ചീറ്റപ്പുലികളുടെ മുഖത്ത് കണ്ണിന്റെയുള്ളിൽനിന്നും വായ വരെ നീണ്ടുകിടക്കുന്ന ഒരു കറുത്ത വരയുണ്ടാകും. ഇതിനെയാണ് കണ്ണീർ വര എന്നുവിളിക്കുന്നത്. കടുത്ത സൂര്യതാപത്തിൽനിന്നും രക്ഷ നല്കാനും ദൂരക്കാഴ്ചകൾ ലഭിക്കാനും ഈ വരകൾ സഹായിക്കുമെന്നാണ് ശാസ്ത്രജ്ഞർ പറയുന്നത്. വെയിലത്ത് 'ഗ്ലെയർ' അടിക്കാതിരിക്കാൻ കറുത്ത വര സഹായിക്കുമത്രേ.

മറ്റ് വിശേഷങ്ങൾ

- മൂന്നുനാലു ദിവസത്തിലൊരിക്കലേ ചീറ്റപ്പുലിക്ക് വെള്ളം കുടിക്കേണ്ട ആവശ്യമുള്ളു.

- ജനിച്ചുകഴിഞ്ഞ് രണ്ടാഴ്ച കഴിഞ്ഞേ പുലിക്കുഞ്ഞുങ്ങൾ കണ്ണു തുറക്കാറുള്ളു.
- കുഞ്ഞുങ്ങൾക്ക് ആറുമാസം പ്രായമാകുന്നതുവരെ അമ്മപ്പുലി വേട്ടയാടാൻ പോകുമ്പോൾ അവയെ ഒളിപ്പിച്ചുവെച്ചിട്ടാണ് പോകാറുള്ളത്. പിന്നീട് ഇവ അമ്മയുടെ കൂടെ പോകും.
- രണ്ടര വയസ്സുവരെ പുലിക്കുട്ടികൾ അമ്മയോടൊപ്പമുണ്ടാകും. ഈ സമയത്താണ് ഇവ ഇരതേടാൻ പഠിക്കുന്നത്.
- അമ്മപ്പുലികൾ ചെറിയ മാനുകളെ ജീവനോടെ പിടിച്ചുകൊണ്ടുവന്ന് കുഞ്ഞുങ്ങളുടെ മുന്നിലിട്ടുകൊടുത്തിട്ടാണ് വേട്ടയാടാൻ പഠിപ്പിക്കുന്നത്.
- അലറാൻ കഴിയാത്ത ഒരേയൊരു മാർജ്ജാരനാണിത്. പൂച്ചയെപ്പോലെ മുരളാൻ മാത്രമേ ഇതിന് കഴിയുകയുള്ളു.
- ഓരോ പുലിയുടെയും ശരീരത്തിലുള്ള കറുത്ത പൊട്ടുകൾ വ്യത്യസ്തങ്ങളായിരിക്കും.
- ഹിന്ദിയിൽ 'ചിതാ' എന്നുവെച്ചാൽ പുള്ളികളുള്ളത് അഥവാ കറുത്ത പൊട്ടുകളുള്ളത് എന്നാണർത്ഥം. ഇതിൽ നിന്നാണ് ചീറ്റപ്പുലി എന്ന വാക്കുണ്ടായതെന്നാണ് കരുതുന്നത്.
- ആയുസ്സ് 10 മുതൽ 12 വർഷം വരെ.

കേരളത്തിന്റെ ഔദ്യോഗികപക്ഷിയാണ് മലമുഴക്കിവേഴാമ്പൽ. ഇന്ത്യ, നേപ്പാൾ, ഇന്തോനേഷ്യ, മലയ, പെനിൻസുല, ചൈന തുടങ്ങിയ സ്ഥലങ്ങളിൽ ഈ പക്ഷി വസിക്കുന്നു. വേഴാമ്പൽ ഇനങ്ങളിൽ ഭാരം കൂടിയതാണ് മലമുഴക്കി. ഈ പക്ഷി പറന്നുനീങ്ങുമ്പോൾ ചിറകുകൾക്കിടയിലൂടെ വായു കയറിയിറങ്ങി മുഴക്കമുള്ളൊരു ശബ്ദം കേൾക്കാം. അങ്ങനെയാണ് മലമുഴക്കി വേഴാമ്പൽ എന്ന പേരു കിട്ടിയത്. ഈ മുഴക്കം അര മൈൽ ദൂരെ വരെ കേൾക്കാൻ കഴിയുമത്രേ.

ശരീരം

ശരീരത്തിന് 100-120 സെന്റിമീറ്റർ നീളവും ചിറകിന് ഏതാണ്ട് ഒന്നര മീറ്റർ വിസ്തൃതിയുമുണ്ട്. തൂക്കം 3-4 കിലോ. ശരീരം കറുത്ത തൂവലുകൾ കൊണ്ട് മൂടിയിരിക്കുന്നു. ചിറകിന്റെ അറ്റത്ത് വെള്ളത്തൂവലുകളുണ്ട്. വാലിൽ കറുപ്പും വെള്ളയും കലർന്ന തൂവലുകളാണ്. വാലിന് ഏതാണ്ട് മൂന്നടി നീളമുണ്ട്. ഇതിന്റെ മഞ്ഞനിറത്തിലുള്ള കൊക്കുകൾ താഴേക്ക് വളഞ്ഞാണിരിക്കുന്നത്. കൊക്കിന്റെ അറ്റത്തിന് ഓറഞ്ച് നിറമാണ്.

കാഴ്ചയിൽ മലമുഴക്കിവേഴാമ്പലിനെ വ്യത്യസ്തനാക്കുന്നത് തലയിലെ മഞ്ഞത്തൊപ്പിയാണ്. കൊക്കിന്റെ മുകളിലായി നെറ്റിയിൽ കാണപ്പെടുന്ന തൊപ്പിയുടെ ഉൾഭാഗം പൊള്ളയാണ്. ജനിക്കുമ്പോൾ ഈ തൊപ്പിയുണ്ടായിരിക്കുകയില്ല. അഞ്ചുവയസ്സാകുമ്പോഴേ തൊപ്പി വളർന്നുവരൂ. കഴുത്തിൽ മഞ്ഞനിറത്തിലുള്ള തൂവലുകളാണുള്ളത്.

ആഹാരം

പഴങ്ങൾ, പുഴുക്കൾ, പ്രാണികൾ, ചിലതരം ഇലകൾ, ചെറിയ സസ്തനികൾ, പാമ്പ്, ചെറുപക്ഷികൾ എന്നിവയെയെല്ലാം വേഴാമ്പൽ ഭക്ഷിക്കും. പഴങ്ങളിൽ നിന്നാണ് ഇവയ്ക്ക് ആവശ്യമുള്ള വെള്ളം ലഭിക്കുന്നത്. മരക്കൊമ്പുകളിലൂടെ ചാടിച്ചാടി നടന്ന് മരത്തിന്റെ തൊലിയ്ക്കിടയിൽ നിന്ന് പ്രാണികളെ തപ്പിയെടുത്താണ് വേഴാമ്പൽ ശാപ്പിടുന്നത്. ഇരയെ പിടിച്ച് ആദ്യം മുകളിലേക്കെറിയും. പിന്നെ വേഗം വായതുറന്ന് വിഴുങ്ങും.

മുട്ടയിടാനും അടയിരിക്കാനും പ്രത്യേക ഒരുക്കം

വേഴാമ്പലുകളെപ്പറ്റിയുള്ള കൗതുകകരമായ ഒരു കാര്യം ഇനി പറയാം. മുട്ടയിടാറാകുമ്പോൾ പെൺപക്ഷി ഒരൊഴിഞ്ഞ കൂട്ടിൽ കയറും. ആൺപക്ഷി ചെളിയും കാഷ്ഠവും കൊണ്ട് കൂടിനകത്ത് മെത്തയൊരുക്കും. പെൺപക്ഷി അകത്തുകയറി മുട്ടയിട്ടു കഴിഞ്ഞാൽ തന്റെ കാഷ്ഠം ഉപയോഗിച്ച് ആൺപക്ഷി കൂടിന്റെ കവാടം അടയ്ക്കും. ഒരു ചെറിയ സുഷിരം മാത്രം അവശേഷി

യ്ക്കും. ഈ ദ്വാരത്തിലൂടെയാണ് ആൺപക്ഷി പെൺപക്ഷിക്ക് ആഹാരം നല്കുന്നത്. ശത്രുക്കളിൽ നിന്നും രക്ഷനേടുന്നതിനാണ് ഇങ്ങനെ കൂട് അടയ്ക്കുന്നത്. മുട്ട വിരിഞ്ഞുകഴിഞ്ഞ് ഏതാണ്ട് നാലുമാസം കഴിയുമ്പോൾ പെൺപക്ഷി പുറത്തുവരും. അതിനുശേഷം വീണ്ടും കൂടടയ്ക്കും. അച്ഛനും അമ്മയും ചേർന്ന് കുഞ്ഞുങ്ങൾക്ക് ആഹാരമെത്തിക്കും.

മറ്റ് വിശേഷങ്ങൾ

- ആൺവേഴാമ്പലിന്റെ കണ്ണുകൾക്ക് നീലനിറവും പെൺവേഴാമ്പലിന്റെ കണ്ണുകൾക്ക് ചുവപ്പ് നിറവുമാണ്.
- പൊക്കമുള്ള വലിയ മരങ്ങളിലെ പൊത്തുകളിലാണ് ഇവ വസിക്കുന്നത്.
- ചില നേരങ്ങളിൽ ഇവ കാട്ടിൽ വളരെ ഉയരത്തിൽ പറക്കാറുണ്ട്.
- ആയുസ്സ് 35 മുതൽ 50 വർഷം വരെയാണ്.

ആന ക്കാര്യം

കേരളത്തിന്റെ ഔദ്യോഗികമൃഗമായ ആന കരയിലെ ഏറ്റവും വലിയ മൃഗമാണെന്നറിയാമല്ലോ. ആനയുടെ പ്രത്യേക തകളെപ്പറ്റി ഒത്തിരി കാര്യങ്ങൾ പറയാനുണ്ട്. തുമ്പിക്കൈ, കൊമ്പ്, ചെവി അങ്ങനെ ഓരോന്നിനെപ്പറ്റിയും എന്തൊക്കെ കാര്യങ്ങൾ അറിയാനുണ്ടെന്നോ? ഇതാ വായിച്ചോളൂ.

ആനകളിൽ ആണിനെയാണ് കൊമ്പനെന്നു വിളിക്കുന്നത്. പെൺആനയെ പിടിയാന എന്നാണ് വിളിക്കുക. രണ്ടു തരം ആന കളാണ് ഈ ഭൂമുഖത്തുള്ളത്-ഏഷ്യൻ ആനയും ആഫ്രിക്കൻ ആനയും. ഇവ തമ്മിൽ കാഴ്ചയിൽതന്നെ വ്യത്യാസമുണ്ട്. വലി പ്പത്തിൽ ഇവരിൽ വമ്പൻ ആഫ്രിക്കൻ ആന തന്നെയാണ്.

ഏഷ്യൻ ആന : നമ്മുടെ നാട്ടിൽ കാണുന്ന ആനയാണ് ഏഷ്യൻ ആന. ശാസ്ത്രനാമം എലിഫസ് മാക്സാമസ് എന്നാണ്. പരമാവധി 10 അടി വരെ പൊക്കമുണ്ടാകും. ഭാരം 11 പൗണ്ട്. കൊമ്പനാനയ്ക്ക് മാത്രമേ നീളമുള്ള കൊമ്പുള്ളു. നെറ്റിയിൽ രണ്ട് ചെറിയ മുഴകളുണ്ട്.

ആഫ്രിക്കൻ ആന : ശാസ്ത്രനാമം ലോക്സോഡോണ്ട ആഫ്രിക്കാനാ. പൊക്കം 13 അടി. ഭാരം 15 പൗണ്ട്. കൊമ്പനാനയ്ക്കും പിടിയാനയ്ക്കും നീളമുള്ള കൊമ്പുകളുണ്ട്. നെറ്റിയിൽ ഒരു മുഴയാണുള്ളത്.

ഏഷ്യൻ ആനകളുടേയും ആഫ്രിക്കൻ ആനകളുടേയും ചെവികൾക്ക് വലിപ്പത്തിലും ആകൃതിയിലും വ്യത്യാസമുണ്ട്. ആഫ്രിക്കൻ ആനയുടെ ചെവിക്കാണ് വലിപ്പം കൂടുതൽ. ആഫ്രിക്കൻ ആനയുടെ ചെവിയുടെ ആകൃതി ആഫ്രിക്കയുടെ മാപ്പ് (ഭൂപടം) പോലെയാണ് എന്നാണ് പറയാറ്.

തുമ്പിക്കൈ

2 മീറ്റർ വരെ നീളം വെക്കുന്ന തുമ്പിക്കൈയ്ക്ക് മാത്രമായി ഭാരമെത്രയുണ്ടെന്നോ? 140 കിലോഗ്രാം. ഇത്രയും ഭാരവും തൂക്കി നടക്കുന്ന ഇവയെ സമ്മതിക്കണം, അല്ലേ? തുമ്പിക്കൈ വളരെ ബലമുള്ളതാണ്. ഇതിൽ ഒരു എല്ലുപോലുമില്ല. എന്നാൽ ഒരു ലക്ഷം പേശികളുണ്ട്. ഇത്രയും പേശികളുള്ളതുകൊണ്ടല്ലേ ആനയ്ക്ക് തുമ്പിക്കൈ ഇഷ്ടം പോലെ വളയ്ക്കാനും തിരിക്കാനും മടക്കാനും നീട്ടാനും കഴിയുന്നത്. നമുക്ക് രണ്ടു കൈ കൊണ്ടും ചെയ്യാൻ സാധിക്കുന്നതൊക്കെ ആനയ്ക്ക് തുമ്പിക്കൈകൊണ്ട് ചെയ്യാൻ സാധിക്കും. വെള്ളം കുടിക്കുന്നതും വെള്ളം ശരീരത്തിൽ ചീറ്റിത്തെറിപ്പിക്കുന്നതും മണം പിടിക്കുന്നതും സാധനങ്ങൾ തൂക്കിയെടുക്കുന്നതും അഗ്രം ചുരുണ്ടിരിക്കുന്ന തുമ്പിക്കൈ കൊണ്ടാണ്. വെള്ളം കൊണ്ടുള്ള കുളിയും കളിയും ആനയ്ക്ക് വളരെ രസമാണ്. ഒരു കാര്യംപറയാൻ മറന്നു, ആനയുടെ മൂക്കും മേൽച്ചുണ്ടും ഒന്നിച്ചു ചേർന്ന് വളർന്നാണ് തുമ്പിക്കൈയുണ്ടായിരിക്കുന്നത്.

ആന വായുവിൽ തുമ്പിക്കൈ ഇടത്തോട്ടും വലത്തോട്ടും മേലോട്ടും ആട്ടുന്നതു കണ്ടാൽ ഒരു കാര്യം ഉറപ്പ്. ഈ വമ്പൻ എന്തോ മണം പിടിക്കുകയാണ്. ആനയ്ക്ക് നീന്താനുമറിയാം കേട്ടോ. നീന്തുമ്പോൾ തുമ്പിക്കൈ വെള്ളത്തിനു മുകളിൽ ഉയർത്തിപ്പിടിക്കും. കാരണം നാസാരന്ധ്രങ്ങൾ തുമ്പിക്കൈയുടെ അറ്റ

ത്താണ്. മൂക്കിനകത്ത് എന്തെങ്കിലും കയറിയാൽ നമ്മൾ തുമ്മാറുണ്ടല്ലോ. അതേപോലെ ആനയും തുമ്മും. തുമ്പിക്കൈ ആട്ടിക്കൊണ്ടാണ് തുമ്മുന്നത്. 'പ്ഫീ' എന്നൊരു ശബ്ദവും കേൾക്കാം. മറ്റ് ആനകൾക്ക് അപായസൂചന നല്കാനും മദം പൊട്ടിയാലുമാണ് ആന തുമ്പിക്കൈയുയർത്തി ചിന്നം വിളിക്കുന്നത്. വളർത്തുന്ന ആനകളും സർക്കസിലെ ആനകളും കുട്ടികളോടും മുതിർന്നവരോടും സ്നേഹം പ്രകടിപ്പിക്കുന്നത് തുമ്പിക്കൈകൊണ്ട് സലാം വെച്ചുകൊണ്ടാണ്. തുമ്പിക്കൈ കൊണ്ടുതന്നെയാണ് കെട്ടിപ്പിടിക്കുന്നതും. ആനക്കുട്ടിയെ പൊക്കാനും കൂട്ടത്തിലുള്ള ആനയെ ചെളിക്കുണ്ടിൽനിന്നും രക്ഷിക്കാനും ഉപയോഗിക്കുന്നത് തുമ്പിക്കൈ തന്നെ.

ഇനി രസകരമായ മറ്റൊരു കാര്യം. കൊച്ചുകുട്ടികൾ, അതായത് രണ്ടോ മൂന്നോ മാസം പ്രായമുള്ള കുഞ്ഞുങ്ങൾക്ക് 'വിരൽ വായിലിട്ട് നുണയുന്ന' ഒരു സ്വഭാവമുണ്ടാവുമല്ലോ. കൂട്ടുകാരും ഇങ്ങനെ ചെയ്തിരിക്കാം. ഇതേപോലെ ആനക്കുട്ടിക്കും ഈ സ്വഭാവമുണ്ട്. പക്ഷേ, വിരലല്ല, തുമ്പിക്കൈയാണ് വായിലിടുന്നതെന്ന് മാത്രം.

ഏഷ്യൻ ആനയ്ക്ക് തുമ്പിക്കൈയുടെ അറ്റത്ത് ഒരു വിരൽ പോലെ തൊലി ഉയർന്നുനില്ക്കും. ആഫ്രിക്കൻ ആനയ്ക്കാണെങ്കിൽ ഉയർന്നു നില്ക്കുന്ന ഭാഗം രണ്ട് വിരലുകൾ പോലെ തോന്നിക്കും. വിരൽ പോലെയുള്ള ഈ ഭാഗമുള്ളതുകൊണ്ടാണ് ഏതു ചെറിയ സാധനത്തെയും നിലത്തു നിന്നെടുക്കാൻ ആനയ്ക്ക് നിഷ്പ്രയാസം കഴിയുന്നത്.

ചെവി

സാമാന്യം വലിയ ചെവികളാണെങ്കിലും ആനയ്ക്ക് കേൾവിശക്തി കുറവാണ്. ശരീരത്തിലെ ചൂട് നിയന്ത്രിക്കുന്ന രക്തക്കുഴലുകൾ ചെവികളിലാണുള്ളത്. ആന ചെവിയാട്ടുന്നത് ശരീരത്തെ തണുപ്പിക്കാനാണ്. ചെവിയുടെ പിറകുഭാഗത്തെ തൊലി വളരെ മൃദുവാണ്. പാപ്പാന്മാർ ഇവയെ അനുസരിപ്പിക്കുന്നത് ഈ ഭാഗത്ത് തട്ടിയാണ്. കാലിലൂടെയാണ് ആന കൂടുതൽ ശബ്

ദങ്ങൾ കേൾക്കുന്നത്. അതെങ്ങനെയെന്നോ? കാലിന് കേൾവി ശക്തിയുണ്ടെന്നല്ല പറഞ്ഞുവരുന്നത്. ദൂരെനിന്നുള്ള ശബ്ദങ്ങൾ മണ്ണിലൂടെ വരുന്ന കമ്പനങ്ങളിലൂടെ ഇവയ്ക്ക് തിരിച്ചറിയാൻ കഴിയും.

കൊമ്പ്

ആനയുടെ രണ്ട് ഉളിപ്പല്ലുകളാണ് കൊമ്പുകളായി വളർന്നു വന്നിരിക്കുന്നത്. ഈ കൊമ്പുകളുടെ മൊത്തം നീളത്തിൽ മൂന്നിൽ രണ്ടു ഭാഗവും തലച്ചോറിനകത്താണ്. ബാക്കിയുള്ള ഭാഗമേ നമുക്ക് കാണാൻ കഴിയുന്നുള്ളു. ഓരോ ആനയുടേയും കൊമ്പിന്റെ ആകൃതിയും വലിപ്പവും വളരുന്ന ദിശയും വ്യത്യാസപ്പെട്ടിരിക്കും. ആനകളെ പലപ്പോഴും തിരിച്ചറിയുന്നത് കൊമ്പുകൾ നോക്കിയിട്ടാണ്.

ആനകളുടെ കൊമ്പ് ജീവിതകാലം മുഴുവൻ വളർന്നുകൊണ്ടേയിരിക്കും. നീളമുള്ള കൊമ്പുള്ള ആനകളുടെ വയസ്സ് ഇങ്ങനെയും കണ്ടുപിടിക്കാം. മനുഷ്യന്മാരിൽ ചിലർ ഇടംകൈയന്മാരും വലംകൈയന്മാരുമായിരിക്കുമല്ലോ. ആനകൾക്കിടയിലാണെങ്കിൽ ഇടംകൊമ്പന്മാരും വലംകൊമ്പന്മാരുമാണുള്ളത്. അതായത് ചില ആനകൾ ഇടത്തേ കൊമ്പുകൊണ്ടാണ് കൂടുതൽ ജോലിചെയ്യുന്നത്, ചിലവ വലത്തേ കൊമ്പുകൊണ്ടും. ഇക്കാരണം കൊണ്ട് ഒരു കൊമ്പിന് മറ്റേ കൊമ്പിനേക്കാളും നീളം കുറവായിരിക്കും. ജോലിയെന്നുവെച്ചാൽ ഭാരമുയർത്തുന്നത് തുമ്പിക്കൈയും കൊമ്പുമുപയോഗിച്ചാണല്ലോ.

മറ്റ് വിശേഷങ്ങൾ

- കരയിലെ സസ്തനികളിൽവെച്ച് ഏറ്റവും വലിയ തലച്ചോറുള്ളത് ആനയ്ക്കാണ്. മനുഷ്യന്റെ തലച്ചോറിനേക്കാൾ 3–4 ഇരട്ടി വലിപ്പമുണ്ടിതിന്.
- പ്ലാസ്റ്റിക് വയറുപോലെയാണ് ആനവാൽ. ഈച്ചയെ ഓടിക്കാനാണ് ആന വാലുപയോഗിക്കുന്നത്.
- കരയിൽ ജീവിക്കുന്ന സസ്തനജീവികളിൽ ചാടാൻ കഴിയാത്ത ഒരേയൊരു മൃഗമാണ് ആന.

- ആന വെയിലിൽ നിന്ന് രക്ഷനേടാനാണ് ദേഹത്ത് മണ്ണുവാരിയെറിയുന്നത്.
- ഒരു ദിവസം ആന ഉറങ്ങുന്നത് വെറും രണ്ട് മണിക്കൂർ മാത്രമാണ്. ദിവസത്തിൽ 16 മണിക്കൂറും വല്ലതും തിന്നു കൊണ്ടിരിക്കാനാണ് ഇഷ്ടം.
- കാഴ്ചശക്തിയും കുറവാണ്. 60 അടിക്കപ്പുറം ഒന്നും വ്യക്തമായി കാണാൻ ആനയ്ക്ക് കഴിവില്ല.
- ബുദ്ധിയുള്ള ജീവികളായിട്ടാണ് ആനകളെ കരുതുന്നത്.
- ആനയ്ക്ക് സാധാരണഗതിയിൽ ശത്രുക്കളൊന്നുമില്ല. കാട്ടിൽ അപൂർവ്വമായി സിംഹം ആനയെ ആക്രമിക്കാറുണ്ട്.
- ആന സസ്യഭുക്കാണ്.
- ഒരു മണിക്കൂറിൽ ആനയ്ക്ക് 3-4 കിലോമീറ്റർ സഞ്ചരി ക്കാൻ കഴിയും. ഓട്ടമാണെങ്കിൽ മണിക്കൂറിൽ 40 കിലോ മീറ്റർ ഓടും.
- ഇംഗ്ലീഷിൽ ആനയെ പാക്കിഡേർമ് എന്നുവിളിക്കാറുണ്ട്. തൊലിക്ക് കട്ടിയുള്ള മൃഗം എന്നാണിതിനർത്ഥം. ആന യുടെ 'തൊലിക്കട്ടി' എത്രയാണെന്നോ? ഒരിഞ്ച്!
- ആനയ്ക്ക് വയസ്സാകുന്തോറും കിടക്കാനുള്ള താല്പര്യം കുറയും. കാരണമെന്തെന്നോ? കിടന്നാൽ എഴുന്നേല്ക്കാൻ വലിയ പാടാണ്.
- ആനയുടെ പാദത്തിന്റെ അടിവശം കുഷൻപോലെ മൃദു വാണ്. ഭാരം താങ്ങാനും വഴുതിവീഴാതിരിക്കാനും നടക്കു മ്പോൾ ശബ്ദമുണ്ടാക്കാതിരിക്കാനും സഹായിക്കുന്നത് ഈ കുഷനാണ്.

പറക്കാത്ത പറവ

കാണാൻ കൗതുകമുള്ള പറക്കാൻ കഴിയാത്ത പക്ഷികളാണ് പെൻഗ്വിനുകൾ. ഇരുപതോളം ഇനങ്ങളിലുള്ള വ്യത്യസ്ത പെൻഗ്വിനുകളുണ്ട്. ഭൂരിഭാഗം പെൻഗ്വിനുകൾ ദക്ഷിണധ്രുവത്തിലാണ് കാണപ്പെടുന്നതെങ്കിലും ദക്ഷിണഅമേരിക്ക, ദക്ഷിണാഫ്രിക്ക, ഓസ്ട്രേലിയ, ന്യൂസിലാൻഡ്, ഭൂമദ്ധ്യരേഖയ്ക്കടുത്ത് സ്ഥിതിചെയ്യുന്ന ഗാലാപഗോസ് ദ്വീപുകൾ എന്നിവിടങ്ങളിലും പെൻഗ്വിനുകൾ വസിക്കുന്നു.

പെൻഗ്വിനുകളുടെ വിഭാഗത്തിൽ പൊക്കം കൂടിയതും വലി

പ്പമുള്ളതുമായ ഇനമാണ് ചക്രവർത്തിപെൻഗ്വിനുകൾ. 1.2 മീറ്റർ ഉയരമുള്ള ഇവ ഇണയെത്തേടിയും ആഹാരമന്വേഷിച്ചും 120 കിലോമീറ്റർവരെ യാത്ര ചെയ്യാറുണ്ട്. ഏറ്റവും ചെറിയ ഇനമായ ഫെയറിപെൻഗ്വിനുകൾക്ക് 40 സെന്റീമീറ്റർ മാത്രമേ ഉയരമുള്ളു. ചക്രവർത്തി പെൻഗ്വിനുകൾ ദക്ഷിണധ്രുവത്തിലും ഫെയറി പെൻഗ്വിനുകൾ ഓസ്ട്രേലിയയിലും ന്യൂസിലാൻഡിലും കാണപ്പെടുന്നു.

വെള്ളത്തിൽ നിന്നും കരയിലേക്കോ മഞ്ഞുകട്ടകളിലേക്കോ ചാടിക്കയറാൻ കഴിവുള്ള പെൻഗ്വിനുകൾ പതുക്കെ കുലുങ്ങിക്കുലുങ്ങിയാണ് നടക്കുന്നത്. ദിശയറിയാനായി ഇവ സൂര്യനെ ആശ്രയിക്കുന്നു. വയറുപയോഗിച്ച് മഞ്ഞിൽ തെന്നിനീങ്ങാനും ഇവയ്ക്കു കഴിയും. ആയുസ്സ് 15 മുതൽ 20 വർഷം വരെയാണ്.

ശരീരഘടന

വലിയ തലയും ചെറിയ കഴുത്തുമുള്ള പെൻഗ്വിന് ചെറിയ വാലുമുണ്ട്. ഇവയുടെ പുറംഭാഗത്തിന് കറുത്തനിറവും വയറിന് വെളുപ്പുനിറവുമാണ്. തുഴ പോലെയുള്ള ചിറകുകൾ ഉപയോഗിച്ച് ഇവയ്ക്ക് സമുദ്രത്തിൽ നീന്താൻ സാധിക്കുന്നു. വാലിന്റെ അടുത്തുള്ള ഗ്രന്ഥി ഉല്പാദിപ്പിക്കുന്ന എണ്ണയുപയോഗിച്ചാണ് ഇവ തൂവലുകൾ തേച്ചുമിനുക്കുന്നത്. ഇതുമൂലം മറ്റൊരു ഗുണവുമുണ്ട്. എന്താണെന്നോ? ശരീരം 'വാട്ടർപ്രൂഫ്' ആയി സൂക്ഷിക്കാൻ കഴിയും. പെൻഗ്വിന് കരയിൽ കാഴ്ചശക്തി കുറവാണ്. എന്നാൽ വെള്ളത്തിനടിയിൽ കണ്ണിന് 'സൂപ്പർ' കാഴ്ചശക്തിയാണ്. ഇത് വെള്ളത്തിൽ ഇരതേടാൻ സഹായിക്കുന്നു.

ചൂടും തണുപ്പും

ദക്ഷിണധ്രുവത്തിലും ചുറ്റുമുള്ള ദ്വീപുകളിലും വസിക്കുന്ന പെൻഗ്വിനുകളുടെ ശരീരഘടന തണുത്തുറഞ്ഞ സമുദ്രതീരത്ത് ജീവിക്കാൻ അനുയോജ്യമായ രീതിയിലുള്ളതാണ്. കൊഴുപ്പു

നിറഞ്ഞ ചർമ്മവും അതിലെ എണ്ണമയവുമാണ് ഇവയെ തണുത്ത താപനിലയിൽ ജീവിക്കാൻ സഹായിക്കുന്നത്. നൂറുകണക്കിന് പെൻഗ്വിനുകൾ തോളോടുതോൾ ചേർന്ന് അടുത്തടുത്തായി നില്ക്കുന്നത് ഫോട്ടോകളിൽ കൂട്ടുകാർ കണ്ടിട്ടുണ്ടാകും. ശരീരത്തിന് ചൂട് ലഭിക്കാനാണ് അവ ഇങ്ങനെ ചെയ്യുന്നത്. ഗാലാപഗോസ് ദ്വീപിൽ ചൂട് കൂടുതലായതുകൊണ്ട് ചൂടു കുറയ്ക്കാൻ പെൻഗ്വിനുകൾ ചിറകുകൊണ്ട് വീശിക്കൊണ്ടിരിക്കും.

ആഹാരം

വളരെ ആഴത്തിൽ മുങ്ങി മീൻ പിടിക്കാൻ പെൻഗ്വിനുകൾക്ക് കഴിയും. മത്സ്യങ്ങൾ, ഞണ്ടുകൾ, ചെറിയ കടൽജീവികൾ തുടങ്ങിയവയാണ് ഇവയുടെ ഭക്ഷണം. കടലിലെ ഉപ്പുവെള്ളം കുടിച്ച ശേഷം അതിലെ ഉപ്പ് അരിച്ച് പുറത്തേക്ക് കളയുന്ന 'ഫിൽട്ടർ സംവിധാനം' ഇവയുടെ ശരീരത്തിലുണ്ട്. നാക്കിൽ പിറകോട്ട് തിരിഞ്ഞുനില്ക്കുന്ന ചെറിയ മുള്ളുകളുണ്ട്. ഇതു കാരണം വായിലെടുക്കുന്ന ആഹാരം പുറത്തേക്ക് വഴുതിപ്പോവുകയില്ല. പെൻഗ്വിന്റെ ചിത്രത്തിന്റെ 'ക്ലോസ്അപ്പ്' ശ്രദ്ധിച്ചാൽ ഒരു കാര്യം മനസ്സിലാകും. കൊക്കിന്റെ അറ്റം ഒരു കൊളുത്ത് പോലെയാണ്. ആഹാരം കൊത്തിവലിക്കാൻ ഇത് പ്രയോജനപ്പെടുന്നു.

പെൻഗ്വിൻകുഞ്ഞുങ്ങൾ

പെൺപെൻഗ്വിൻ മുട്ടയിട്ടു കഴിഞ്ഞാൽ ഉടനെ ആഹാരം തേടിപ്പോകും. ഒരു പ്രാവശ്യം ഒന്നോ രണ്ടോ മുട്ടയാണിടുന്നത്. പെൺപെൻഗ്വിൻ ആഹാരം തേടിപ്പോയാൽ ആ സമയത്ത് മുട്ടയിന്മേൽ അടയിരിക്കുന്നത് ആൺപെൻഗ്വിനാണ്. ആഹാരവുമായി പെൺപെൻഗ്വിൻ തിരിച്ചെത്താൻ രണ്ടാഴ്ചയെങ്കിലുമാകും. ഇത്രയും കാലം ആൺപെൻഗ്വിൻ തന്റെ ശരീരത്തിലെ കൊഴുപ്പുകൊണ്ടാണ് ജീവിക്കുന്നത്.

പെൺപെൻഗ്വിൻ തിരിച്ചുവന്നാൽ പിന്നെ ഇരതേടിപ്പോകാനുള്ള ഊഴം ആണിന്റേതാണ്. കുഞ്ഞുപെൻഗ്വിൻ പുറത്തുവന്നു കഴിഞ്ഞാൽ ഉടനെതന്നെ പല ശബ്ദങ്ങളുമുണ്ടാക്കിത്തുടങ്ങും.

എന്തിനാണെന്നോ? ഈ ശബ്ദം കേട്ടുകേട്ട് അച്ഛനുമമ്മക്കും കാണാപ്പാഠമാക്കാൻ. കാരണം കുഞ്ഞുങ്ങൾ കുറച്ച് വലുതായിക്കഴിഞ്ഞാൽ അച്ഛനുമമ്മയും ഒരുമിച്ചായിരിക്കും ഇരതേടിപ്പോകുന്നത്. ആഹാരവുമായി തിരിച്ചുവരുമ്പോൾ കുഞ്ഞുങ്ങളെ തിരിച്ചറിയുന്നത് അവയുടെ ശബ്ദത്തിലൂടെയാണ്. പെൻഗ്വിൻകുഞ്ഞുങ്ങൾക്ക് വിശപ്പ് അല്പം കൂടുതലാണ് കേട്ടോ. നന്നായി ആഹാരം കഴിച്ച് വേഗത്തിൽ വളരുകയും ചെയ്യും.

ഏറ്റവും മനോഹരമായ തൂവലുകളുള്ള മയിലാണ് ഇന്ത്യയുടെ ദേശീയപക്ഷി. ഇന്ത്യയിലും പാക്കിസ്ഥാനിലും ശ്രീലങ്കയിലും മയിലുകൾ കാണപ്പെടുന്നു. മയിലുകളുടെ തലയ്ക്ക് കറുപ്പും വെളുപ്പും കലർന്ന നിറമാണ്. ഇവയിൽ നീലത്തൂവലുകൾ നിറഞ്ഞിരിക്കും. ശരീരം നീലയും പച്ചയും കലർന്ന തൂവലുകൾ നിറഞ്ഞതാണ്. ശരീരത്തിന് ഏകദേശം രണ്ടര മീറ്റർ നീളവും 3 മുതൽ 4 കിലോഗ്രാം വരെ ഭാരവുമുണ്ട്. മയിലുകളുടെ കണ്ണിന് താഴെ ഒരു വെളുത്ത അടയാളമുണ്ടായിരിക്കും.

ആഹാരം

മയിലിന്റെ ഇഷ്ട ആഹാരം മൂർഖൻ പാമ്പാണ്. അതുകൊണ്ടുതന്നെയാണ് മയിലുള്ള സ്ഥലത്ത് പാമ്പ് വരില്ല എന്നു

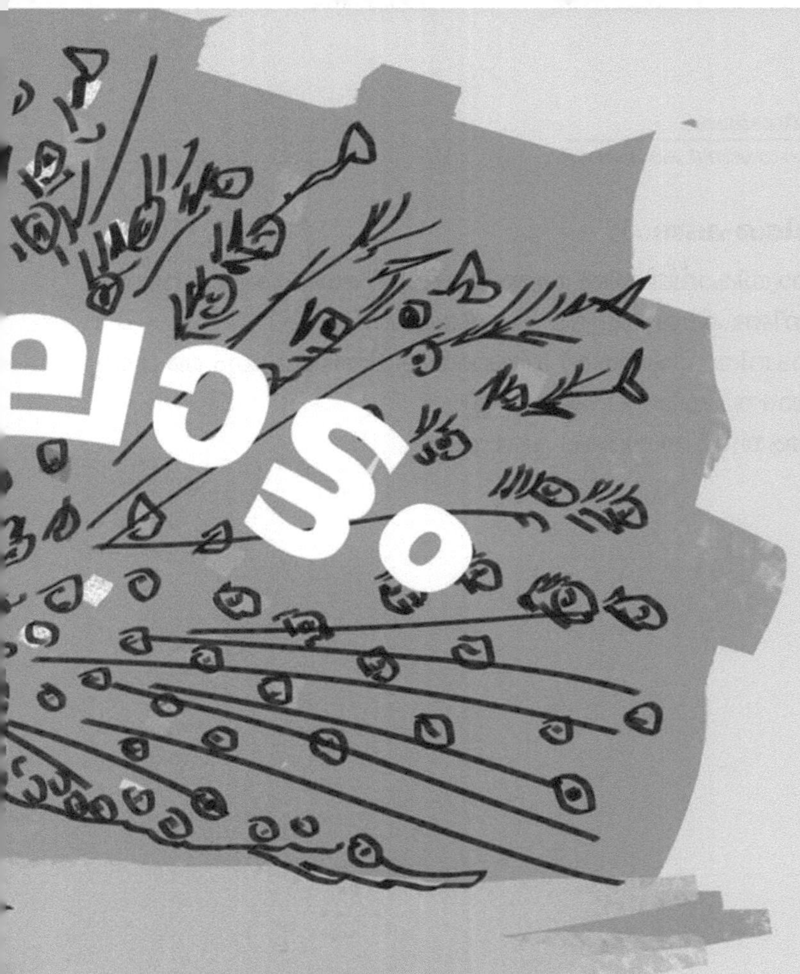

പറയാറുള്ളത്. പഴം, പച്ചക്കറികൾ, ധാന്യങ്ങൾ, പ്രാണികൾ തുടങ്ങിയവയും മയിൽ കഴിക്കാറുണ്ട്. പകൽസമയത്ത് കോഴിയെപ്പോലെ മണ്ണിൽ നടന്നാണ് പുഴുക്കളെയും പല്ലികളെയും മറ്റും കൊത്തിത്തിന്നുന്നത്.

മയൂരനൃത്തം

മഴക്കാലത്താണ് മയിലുകൾ ഇണചേരാറുള്ളത്. അതുകൊണ്ടാണ് മഴക്കാറു കാണുമ്പോൾ നൃത്തമാടാൻ തുടങ്ങുന്നതും. ആൺമയിലുകളാണ് നൃത്തം ചെയ്യാറുള്ളത്. ഇവ തൂവൽ വിരിച്ച് നൃത്തമാടുന്നത് മനോഹരമായ കാഴ്ചയാണ്. പെൺമയിലിനെ ആകർഷിക്കാനാണ് പീലി വിടർത്തിയാടുന്നത്. ആൺമയിലുകൾക്ക് നീളമുള്ള തൂവലുകളാണുള്ളത്.

മറ്റ് വിശേഷങ്ങൾ

- രാത്രികാലങ്ങളിൽ മരത്തിന്മേലാണ് മയിലുകളുടെ വാസം.
- നീണ്ട കാലുകളുള്ള പക്ഷികളാണിവ
- ചെറിയ ദൂരത്തേക്ക് പറക്കാൻ കഴിയുമെങ്കിലും അപൂർവ്വമായേ മയിൽ പറക്കാറുള്ളൂ
- ആയുസ്സ് 20 വർഷം വരെയാണ്.

പാണ്ടകുട്ടന്മാർ

ഉരുണ്ട തല, രോമം നിറഞ്ഞ ശരീരം, കുറുകിയ കാലുകൾ, ചെറിയ വാൽ. ആകെക്കൂടി ഈ മൃഗത്തിനെ കാണാനൊരു ചന്തമാണ്. തലയും ഉടലും വെളുപ്പാണ്. കൈകാലുകളും കഴുത്തും കറുത്ത നിറമാണ്. ചെറിയ കണ്ണുകൾക്കു ചുറ്റും ഒരു കറുപ്പു വലയം കാണാം, കണ്ണട വെച്ചതുപോലെ. കാഴ്ചയിലും നടപ്പിലും കരടിയെപ്പോലെയാണ് പാണ്ട. സ്വദേശം ചൈനയാണ്. വെള്ളക്കരടി, കരടിപ്പൂച്ച എന്നൊക്കെ ഇവയ്ക്ക് പേരുണ്ട്. ഇന്ന് വംശനാശഭീഷണി നേരിടുന്ന മൃഗങ്ങളിൽ മുൻനിരയിലാണ് ഇവയുടെ സ്ഥാനം. ഏകദേശം രണ്ടായിരത്തിൽ താഴെ പാണ്ടകളേ ഇപ്പോൾ അവശേഷിക്കുന്നുള്ളൂ. ആയുസ്സ് ഏകദേശം 35 വർഷം.

ആഹാരവും പാർപ്പിടവും മുള!

മുളയില്ലാതെ പാണ്ടയ്ക്ക് ജീവിക്കാൻ പറ്റില്ല. ഇവയുടെ വാസസ്ഥലം ഇടതൂർന്ന മുളങ്കാടുകളാണ്. മുളയാണ് പാണ്ടയുടെ പ്ര

ധാന ആഹാരം. ദിവസത്തിൽ 12 മണിക്കൂറും മുള ചവച്ചുതിന്നുന്ന സ്വഭാവക്കാരാണിവ. ഒരു ദിവസം ഏതാണ്ട് 40 കിലോഗ്രാം ആഹാരം വേണം. താടിയെല്ലിനും കവിളെല്ലുകൾക്കും നല്ല ബലമുള്ളതുകൊണ്ട് മുള നിഷ്പ്രയാസം കടിച്ചുതിന്നാൻ പാണ്ടയ്ക്ക് കഴിയും. മുള കൂടാതെ പുല്ല്, പഴങ്ങൾ, ഷഡ്പദങ്ങൾ, ഉരഗങ്ങൾ എന്നിവയും ഇവയുടെ 'മെനു'വിൽ ഉൾപ്പെടും. മുളയിൽ നിന്നു തന്നെയാണ് പാണ്ടയ്ക്ക് വേണ്ട വെള്ളം കിട്ടുന്നതും. കൂടുതൽ ദാഹിച്ചാൽ പുഴയിലെയോ അരുവിയിലെയോ വെള്ളം കുടിക്കും.

ഇരുന്നാണ് തീറ്റ!

മനുഷ്യൻ നിലത്തിരിക്കുന്നതുപോലെ കാലുകൾ നീട്ടിയിരുന്നാണ് പാണ്ട മുളങ്കമ്പ് തിന്നുന്നത്. മുൻകാലുകളിലെ വിരലുകൾക്കിടയിൽ മുളങ്കമ്പുകൾ പിടിച്ച് പൊക്കിയെടുത്ത് വായ്ക്കുള്ളിൽ വെച്ച് ചവച്ചുതിന്നുന്നു. പല്ലുകൊണ്ട് തൊലി പറിച്ചുകളഞ്ഞ് ഉള്ളിലുള്ള മാംസളഭാഗമാണ് കഴിക്കുന്നത്.

പാണ്ടക്കുഞ്ഞുങ്ങൾ

ജനിക്കുമ്പോൾ പാണ്ടക്കുഞ്ഞ് വളരെ ചെറുതായിരിക്കും. പിങ്ക് നിറത്തിലുള്ള കുഞ്ഞിന് അമ്മയുടെ തൊള്ളായിരത്തിലൊന്ന് വലിപ്പമാണുണ്ടാവുക. കാഴ്ചശക്തിയുമുണ്ടാവില്ല, ശരീരത്തിൽ രോമവുമുണ്ടാവില്ല. മനുഷ്യർ കുഞ്ഞുങ്ങളെ പരിചരിക്കുന്നതുപോലെ അമ്മപ്പാണ്ടകൾ കുഞ്ഞിനെ കൈകളിലാട്ടി നെഞ്ചോടു ചേർത്ത് താലോലിക്കുന്നു. 50-60 ദിവസങ്ങൾ കഴിഞ്ഞാണ് പാണ്ടക്കുഞ്ഞിന് കാഴ്ചശക്തിയുണ്ടാവുന്നതും കണ്ണുതുറക്കുന്നതും. പത്താഴ്ച പ്രായമാകുമ്പോൾ ഇഴഞ്ഞുതുടങ്ങും. 21 ആഴ്ചയായാൽ നടക്കാൻ തുടങ്ങും. ഒന്നര വയസ്സുവരെ അമ്മ കുഞ്ഞിനെ വളർത്തും. അതു കഴിഞ്ഞാൽ കുഞ്ഞ് സ്വന്തം കാര്യം നോക്കിക്കൊള്ളും.

Printed by Libri Plureos GmbH in Hamburg, Germany